KOVU MOYONI

John Habwe

BOOKMARK AFRICA
Pushing boundaries

Bookmark Africa Publishers
P.O. Box 14915-00800 Westlands, Nairobi, Kenya

Chapa ya kwanza 2014

© John Habwe 2014

Haki ya mwandishi ya kutambuliwa kama mtunzi imedumishwa
ISBN   978-9966-05-535-4
ebook edition available ISBN   978-9966-05-536-1

KNLS Cataloguing in Publication data

Habwe, John
        Kovu Moyoni / John Habwe. – Nairobi: Bookmark
Africa, 2014.
        p. cm.
        ISBN   978-9966-05-535-4 (pbk)
        ISBN   978-9966-05-535-1 (e-book)
        1. Swahili fiction. 3. African authors- Habwe, John.
2. Title.

896.3923 -- dc 22

PL8704.H23 K68 2014

Muundo na mpangilio: Tony Okuku
Jalada: Tony Okuku
Kimepigwa chapa nchini Kenya

Tabaruku

Josephine Induko
Ulinijua, ulinijali, na kuniamini tangu hapo.

SURA YA KWANZA

🌢

Boke alisikia mwanamke akipiga unyende wa kupenya masikioni kwa mbali. Ulikuwa ukelele ulioashiria uchungu mkali. Mara vilio viliongezeka maradufu na kujenga wingu la wasiwasi lililotanda pale kijijini Siloko. Boke aliogopa kutoka nje ya nyumba. Alishikwa na woga wa ghafla hadi mwili wake ukatanda vimbimbi. Mume wake Boke, Bwana Kanja alikuwa mlevi chopi. Hakuweza kuelewa lolote. Si bee wala tee! Eddah, bintiye Boke, alikuwa amelala sebuleni na mwanawe mchanga. Mwita, mwanawe Boke mwingine naye alikuwa katika *simba* yake iliyomea hapo nje mithili ya uyoga. Ilichukua saa moja kwa hivyo vilio kuendelea kushitadi angani na havikuweza kukatika. Mwanamke mmoja alisikika akilia akimtaja mwanawe. Sikio la Boke halikuweza kunasa maneno mengine aliyoyasema huyo mwanamke aliyekuwa taabani. Sikio lilijaribu. Baadaye lilishindwa. "Potelea mbali," alisema Boke. Aliendelea kudondoa maharage kwenye uteo mkuukuu wa ukindu ili yawe tayari kwa mapishi ya asubuhi. Alikuwa anatarajia wafanyakazi shambani mwake kwa hivyo alihitaji chakula cha kutosha na akawa anatayarisha mseto wa mahindi na maharage.

Baada ya saa mbili vilio viliongezeka kiasi cha kutia mtu uziwi. Boke alitoka nje ya nyumba yake. Sauti nyingi zilisikika sasa. Wanawake kwa wanaume walilia kwa pamoja kwa nguvu zao zote wasichoke.

"Nyumba zetu! Nyumba zetu! Mifugo yetu!"

Boke alifahamu kulikuwa na suitafahamu na tetesi za mashamba baina ya makabila mawili lakini hakujua ni kwa nini watu walilia. Labda mashambulizi mengine yalikuwa yanazuka Rama. Aliona nyumba zikiteketea na bunduki zikipigwa bila simile.

"Lazima kuna jambo," Boke alijisemea kimoyomoyo pale nje aliposimama karibu na kijumba cha Mwita.

Hapo Boke aliposimama alikumbuka mashambulizi yaliyohusu mashamba yalivyotokea katika miaka ya nyuma hapo Rama. Mashambulizi hayo yalisababisha kuunguzwa kwa sehemu nzima ya Rama huku wageni wakifukuzwa kama swara. Alikumbuka jinsi jirani yake, Emoro, alivyofukuzwa akaingia ndani ya shamba la miwa. Watesi wake walimfuata na kumchomea humo shambani. Hadi hivi leo Boke hukumbuka sauti ya Emoro ikiomba msaada wa kuokolewa.

"Nisaidie! Nisaidie! Jamaa! Ndugu zangu! Ninakufa. Sijaiba kitu cha mtu. Ni jasho langu. Niacheni! Sijamkosea mtu. Msiniue! Msiniue! Niko tayari kuliacha shamba hilo nirudi kwetu. Niachieni roho yangu! Nyinyi ni ndugu zangu! Nawaomba! Ninawasihi!"

Sauti ya Emoro ililia wakati wa usiku wa manane. Sauti yake nzito iliomba msaada kwa kila njia. Lakini sauti zingine zilijibu kwa ghamidha na hasira kuu:

"Ua! Ua huyo mbweha!"

"Ua! Ua huyo panya! Anatumalizia vyakula kwenye stoo yetu."

Emoro alitiwa majani makavu akateketezwa hadi akabakia jivu tu. Sehemu ya miwa ambako alikuwa amejificha iliteketezwa. Watu walienda kujionea mabaki ya Emoro asubuhi iliyofuatia usiku huo. Mwanamume mrefu mweusi aliyependa utani alichomeka kwingi akabaki jivu. Kichwa chake kiliungua likabaki fuvu jeupe ambalo lilisalia likionyesha matundu ya pua na kinywa wazi. Baadaye fisi waliokuwa wakidondokwa na mate walipigania mabaki yake. Huo ukawa ndio mwisho wa Emoro. Boke alikumbuka wakati alipoiona maiti ya Emoro na vile alivyolia hadi akazimia kwa kushikwa na kihoro. Kwa siku nyingi hakuweza kupata usingizi kwa ajili ya maswali yaliyomsibu.

Baada ya kifo cha Emoro, Boke na makundi ya wahamiaji walipata taarifa ya kulazimika kuhama. Kila mtu alishika njia yake kukimbilia usalama. Boke anakumbuka alivyotoka na wanawe watatu; Eddah, Mali ya Mungu na Mwita. Waliingia porini kutafuta usalama. Hawakujali kuwa humo porini mlikuwa na ngiri, chui, fisi na wanyama wengine hatari. Boke alikumbuka Eddah alivyoanza kulia huku wakiwa wamejificha chini ya mwamba akimnyamazisha asiweze. Humo porini Boke alifanya sala kwa Mola. Anaikumbuka dua yake hadi leo.

"Mungu wa miungu, Mungu wa Musa, Mungu wa Yakobo, Mungu wa Israeli. Nijalie uzima, mimi na familia yangu. Hapa nilipo sina ndugu. Sina baba, sina mama. Nimo katikati ya maadui. Tegemeo langu ni wewe, Bwana kama ulivyowafunika wana wa Israeli kwa wingu la moto, Mungu unifunike. Ikiwa nitaponea kwa tundu ya sindano katika janga hili, nitakutumikia siku zote za maisha yangu."

Boke alipowazia hiyo kadhia yake na ya Emoro na harakati za kutoroka, machozi yalimtiririka, akaanza kusinasina; akaangua kilio kwa uchungu. Emoro alikuwa na kipande kidogo cha shamba kisichotoshea kujenga vijumba viwili. Boke hukumbuka masimulizi ya Emoro. Aliwaeleza Boke na mzee wake kuwa baba yake alikuwa na wake watano. Yeye, Emoro akawa hajabahatika kupata chochote kwa baba yake. Mamake alifariki yeye alipokuwa mdogo, kazi yake ikawa ni kulisha wana mbuzi. Hakuweza kuvumilia vitimbi vya mama zake wa kambo.

🝆 🝆

Emoro alitoroka nyumbani kama mwizi, akaenda kufanya kazi ya kukata miwa akiwa mdogo. Hiyo kazi ilipomshinda kwa uzito wake hapo Muhoroni, alikwenda kumfanyia kazi mwajiri fulani aliyeitwa Mabruk; kazi ya nyumbani. Hapa kwa Mabruk, Emoro alikaa kwa miaka minne akimfanyia kazi tajiri wake hadi bwana huyo alipoaga dunia na kwenda mbele ya haki. Emoro alisononeka kufiwa na mtu aliyemfanyia wema ambao hakuwa amefanyiwa maishani. Licha ya ukali, Mabruk alikuwa mkarimu, alimpatia chakula, nguo na pesa baina ya hisani nyinginezo. Kiasi cha kwamba mwendazake alipoaga dunia, Emoro akawa ana vipesa vichache kibindoni. Aliamua kununua shamba hapo Muhoroni la robo ekari. Hapo shambani alipanda vitunguu, viazi mbatata, viazi vitamu, kabeji na karoti. Emoro alijulikana pale Muhoroni kama mkulima hodari wa viazi. Jina lake, kwa muda mfupi, likabadilika na kuwa Mkulima.

Msimu wa kura ulipofika, wanasiasa walianza kugombana kwa ajili ya kura. Matokeo yake ni kuwa kulizuka machafuko si haba. Emoro alifukuzwa katika kishamba chake alichokinunua kwa jasho lake lote. Emoro alitoka hapo Muhoroni kama mtu aliyeoga huku akiwa na nguo mwilini. Alikuwa wazimu si wazimu, nini si nini. Alikimbilia usalama sehemu ya Lome. Huko Lome akaajiriwa kama mchungaji wa mifugo kwa Mama Helena. Alimchungia mifugo vizuri. Mama Helena akaondokea kumpenda Emoro ghaya ya kupenda kwa uaminifu wake. Wakati Helena alipokuwa akiupa huu ulimwengu mkono wa buriani, aliwashauri wanawe kuwa Emoro kamwe asipate kuondoka hapo nyumbani. Alitaka achukuliwe kama mmoja wa wanawe pale nyumbani. Emoro alijiona kama mtu. Aliipenda nchi yake na watu wake. Alipokuwa na kiredio chake kidogo akichunga ng'ombe, alikuwa na mazoea ya kuimba nyimbo za kizalendo kila alipozisikia zikiimbwa redioni. Wakati mwingine akiwa bafuni, aliimba nyimbo za kitaifa akisifia watu wake na mashujaa waliojitolea mhanga kupigania uhuru wa Tandika.

Siku moja, Lome nako kulianza kuchomeka kwa mashambulizi ya kikabila. Emoro alifurushwa na majirani zake. Mtoto wa Helena alimwonea Emoro imani, akampa pesa kidogo. Hizo pesa ndizo alizotembea nazo baki bandua kwa miguu, siku baada ya siku akilala porini hadi alipofika Rama. Hapo akapapenda, akataka kununua kishamba; ilimradi atamakani mahali ambapo angepaita nyumbani. Ndio! Mahali ambapo angepaita pake. Hapo Rama alinunua robo ekari ya shamba, akajenga kibanda cha nyasi, akaanza kukaa. Kazi yake ikawa kulima hicho kishamba chake na kupanda viazi. Alilimia watu na kuwapandia viazi wakati wa msimu wa upanzi. Lile jina lake la Mkulima la kule Muhoroni likamrudia tena. Nyumba yake ilikuwa ndogo yenye vyumba viwili; yaani chumba cha kulala, kilichotumiwa pia kama chumba cha kupikia, na chumba cha sebule kilichotumika kama stoo ya majembe, nyasi ya ng'ombe na karai mbovu za kuogea.

Humo sebuleni mlikuwa na viti viwili vya mianzi. Hamkuwa na meza. Mlikuwa na stuli kuukuu iliyotumika kama meza. Emoro hakuwa na mazoea ya kuzima moto. Nyumba yake ilifuka moshi daima. Alipenda kuhifadhi moto kwa samadi kavu ya ng'ombe. Mnuko wa samadi ulikera watu waliokuja kumwona, lakini yeye alisema yalikuwa marashi ya nyumba yenye kuihanikiza kwa harufu ya kuvutia.

Emoro hakupata kuoa. Hakuona haja ya mke katika hali yake ile ya kuwa mlala hoi.

"Kwa nini nioe?" alimuuliza Mama Boke siku moja alipomsumbua kwa maswali ya ndoa.

"Uwe na mtu wa kukusaidia," Boke alisema huku akiangalia hicho kijumba cha Emoro kilichobandikwa karatasi ya Baraza la Mawaziri ukutani, pamoja na picha ya mbunge wa Rama, Bwana Sigodi. Katika pembe moja ya nyumba alikuwa na picha ya mwanzilishi wa Taifa la Tandika, Mzee Kaya Ntajuka.

"Mtu wa kukusaidia. Mtu wa kusema naye. Yaani ndugu yangu, unaweza kuugua ukataka mtu wa kukupa hiki na kile," Boke alisema bila kuonyesha mzaha siku hiyo, huku akijaribu kukumbuka kwamba Emoro pia alikuwa mtoto wa mwanamke kama yeye.

"Sioni haja ya pipi mimi. Pipi atanisumbua pure tu. Hao watu wanasumbua, Mama Mwita. Sina pesa za kumpa pipi. Acha wenye uwezo waoe pipi," Emoro alisema kwa mazingatio makubwa, mshipa umemtoka kipajini akionyesha wasiwasi kama ambaye alikuwa ameambiwa jambo la kushtua.

Kila mara ni kama Emoro alijiona yuko safarini. Alikuwa tayari kwa lolote; baya au zuri. Hakujua kama lingezuka jambo baya, angehamia wapi kwingine wakati huo. Hakujua angekimbilia wapi.

Boke aliomba kusiwe na jambo lolote la mno huku akipigana na picha ya Emoro iliyompitikia akilini mwake. Picha hiyo ilikataa kuondoka. Alikumbuka tena Emoro alipolia akiomba msaada. Akatoka katika bumbuazi hilo lililouchana moyo wake na kumwachia kihoro.

"Mwitaa," Boke alimwita mwanawe aliyekuwa amezama akisikiliza muziki wa *reggae* uliorindima katika kipindi cha redio. Wimbo wa *reggae* uliitwa *"No Woman, No Cry"* wa Bob Marley.

"Naam, mama," Mwita aliitikia kwa sauti nzito ya kukokota ambayo ni kama haikutaka kusumbuliwa.

"Unavisikia hivyo vilio?" Boke aliuliza huku moyo wake ukipiga Ndu! Ndu! Ndu! kama akrabu za saa ya ukutani.

Mwita, akiwa na mama yake, walisikiliza zogo la hapo mlimani. Waliuona moto mkubwa ukiteketeza nyumba huku watu wakiendelea kulia. Vilio sasa vilishuka bondeni kwa huzuni. Vilikata maini, vilichoma mioyo kama vijinga vya moto. Eneo zima hili liligeuka na kuwa kama jehanamu. Lilimtia Boke tumbo joto.

"Ni nini?" Boke alimuuliza Mwita swali lile lile mara nyingi huku akijaribu kuzidhibiti pumzi zake huku akisikiliza milio ya bunduki iliyopasua hewa kwa hasira, "Kakraah!"

Eddah alikwishaamka licha ya usingizi wake mzito. Alisimama hapo karibu na mama yake akifikicha macho yake manene yaliyoonekana bayana katika usiku ule wa mbalamwezi. Vilio vikishuka, na hapo hapo milio ya bunduki ikachaga. Bunduki zilijamba kwa kiburi usiku kucha, "Tuum! Tuu! Truum!"

Risasi zilifyatuliwa hapo mlimani kulipokuwa na mashamba yaliyogombaniwa na makundi mawili hasimu. Kundi moja likidai ndilo la asili na jingine likidaiwa kutoka nchi jirani ya Mandra.

"Kumbe walikuwa hawafanyi mzaha?" Mwita alimuuliza Eddah na kumtoa mama yake katika bumbuazi lililomfunika usiku ule. Kiwiliwili cha Mwita kilikuwa kikionekana kama kinyago.

"Nani?" mama alimuuliza Mwita huku akimtumbulia macho. Mwita alisimama hapo bila shati ila suruali tu. Suruali aliyovaa Mwita usiku ule ilikuwa kama kaptula inayovaliwa na wanamichezo.

"Hawa Jeshi la Vijana, mama," Mwita alisema akimfukuza duzi wa jirani aliyekuwa amepita mahali pale na aliyekuwa maarufu katika kushika na kula vifaranga vya majirani.

"Hao ni kina nani?" mama yake Mwita aliuliza kama kwamba Mwita alikuwa akifanyia mzaha jambo lililokuwa tata na sugu sasa.

"Mama, ni watu wa kabila la Sululu," Eddah alifafanua kwa haraka akikata usemi ili arudie kumtuliza mwanawe mchanga aliyekuwa analia ndani ya nyumba.

"Sululu?" Boke aliuliza akijaribu kukumbuka wimbi la uvumi lililokuwa likifanya mititigo hapo Rama kwa miezi minne sasa. Wimbi ambalo watu wengi walilidharau, walilibeza na hata kulifanyia stihizai.

"Sielewi. Hawakuuzia watu mashamba watu hawa jamani?" Boke alijaribu kumuuliza Mwita, aliyefanya bidii kusikiliza bunduki iliyolia kama bomu hapo juu mlimani. Ni kama mlima ulikuwa ukibomolewa na mrindimo huo wa bunduki uliokuwa na ghadhabu.

Mzee Kanja aliamshwa katika sijijui sijielewi ya ulevi na mtikiso huo uliotikisa nyumba, viti, meza na hata sufuria.

"Niiiini?" aliuliza akiwa bado mlevi.

"Ati Wasululu," Boke alijaribu kumtia neno sikioni.

"Wasuuululu gaaani? Hiyo ni siasa," alisema Kanja kwa sauti ya kilevi.

Jirani waliamka wakawa wanasemezana kwa sauti za chini zilizosheheni uoga pomoni.

"Wasululu ni washenzi. Hata hawasomi. Ni maskini," Kanja alibwabwaja maneno ya kilevi na kuingia ndani ya nyumba akipepesuliwa na miguu ya ulevi. Mikono yake ikiwa imetanuliwa kama mtu anayeonyesha mikogo. Bundi alililia katika mparachichi wa jirani. Mlio wa bundi ulisikika kama mlio wa mtu mgonjwa aliyelia kwa uchungu mkali. Boke alimrushia kijiti cha mhogo lakini bundi akakaidi. Hakuondoka. Aliendelea kulia. Aliendelea kutisha. Mara alilia kama paka. Mara alilia kama mtoto mgonjwa.

Boke pia naye aliingia ndani ya nyumba huku kichwa chake kikiwa na maswali mzomzo. Hilo zogo lilimkaa moyoni. Hata alikumbuka walivyouza shamba lao la nyumbani ili kununua shamba la Rama. Walichokijia Rama ni kwamba walipapenda. Watu walikuwa marafiki wakubwa. Ilikuwa nchi yenye rutuba. Ardhi ilizaa mihogo, viazi na mahindi ya ajabu. Boke alikuwa hajawahi kuona ardhi ya aina hiyo maishani mwake. Sehemu hii aliita Kanani kwa ajili ya wingi wake wa mazao kama viazi na mihogo. Moyo wake siku zote ulionyesha shukrani.

Boke aliamua kwenda kulala hadi asubuhi ndipo afuatilie mambo yaliyokuwa yakijiri. Alipata mume wake aliyefaulu kufika kitandani akiwa 'anafakamia' usingizi wake mnono. Alikuwa katika ahera ya aina yake katika ile bahari ya luja. Baada ya kutwa nzima ya kulima kwa plau aliamua 'kuupigia mwili wake pole', kama walivyosema vijana wa pale Rama. Alienda kwa Mama Zainabu madukani Mikindani akabugia vikombe vinne vya busaa nzito na kali ikachachawiza hali yake. Ndio maana yaliyosemwa na yaliyotendeka hakuyajali wala kuyakubali. Alilala kama gogo.

Boke alilala usingizi wa mang'amung'amu. Sikio lake lilikuwa nje ya nyumba nao mwili wake ukawa ndani. Aliwazia atafanyaje mambo yakija kuharibika. Alifaulu kulala kwa undani baada ya saa nyingi, kisha ndoto ikamvaa. Aliona milolongo ya watu ikielekea msituni ilhali mingine ikielekea katika vituo vya polisi. Alijaribu kupata hesabu ya watu waliokuwa katika milolongo hiyo, hakufaulu. Walikuwa ni watu wengi; watoto, watu wazima, wanawake, wanaume, wazee na vikongwe. Wote walibeba vyombo vichwani huku wakilia na kuomboleza. Kila mtu alibeba alichoweza kukibeba. Kuna wale waliobeba sufuria, magodoro na magunia yaliyojaa nguo. Alimradi kila mtu alibeba alichoona kitakuja kumfaa huko mbele aendako, lakini muhimu kila mtu alikuwa na nafsi yake mkononi.

🝙 🝙

Boke alipoamka ilikuwa ni asubuhi mwendo wa saa moja hivi. Mzee Kanja alikuwa ameamka tayari na kuwafunga maksai wake majembe ili kuwaelekeza shambani. Alfajiri alimwamsha mwanawe Mwita ili amsaidie kuwaswaga ng'ombe wa kulima. Ni hizo kelele za ng'ombe zilizomwamsha Boke.

"We! Weeewe! Nyundo! Pinduka! Wacha mchezo! Pinduka! Hey! Heee! Hukuu! Uuu!" Kanja alishughulika na ng'ombe wa kulima.

Boke alibandika mseto wa mahindi na maharage jikoni. Lakini kwa mbali, hilo sikio lake bado lilisikia vilio. Ndoto yake ya usiku iliendelea kumsumbua hata baada ya kuomba na kuikemea. Eddah naye aliraukia kuchota maji mitungini kabla ya kisima cha maji kuchafuliwa na watu wengi. Sasa Boke alianza kuteremka kisimani kumsaidia Eddah kuisomba mitungi. Ng'ambo aliona milolongo ya watu wakikimbia. Ilikuwa ni sinema iliyo sawia na ndoto yake. Sasa ni kama alikuwa anaota tena. Alijikuta amesimama. Kisha akapiga haidhuru na kuiamuru miguu yake kuelekea kisimani licha ya unyonge wake. Ni kama miguu yake ilisema:

"Mama, hatuwezi kuendelea, huko twendako ni hatari kwa usalama."

Alifika kisimani akapata kikundi cha watu. Hata mumewe alikuwa ametoka shambani akajiunga na kundi hilo, ambalo lilikuwa na habari za kutatanisha kuhusu kesho yao hapo Rama.

"Ye yote ambaye si mwenyeji aitafute njia yake arejee alikotoka."

Hayo maneno yalisikika kuwa machungu kwenye ulimi wa Boke. Masikio mengi yaliyosikia pale kisimani hayakuamini.

Nyumba ziliendelea kuchomeka katika nyanda za juu huku moshi mkubwa ukielea angani. Ilikuwa wazi wapiganaji walianza kuelekea upande wa Siloko walikokuwa Boke na wenzake. Ule uvumi waliousikia polepole ukaanza kuvaa sura ya uhalisia. Uhalisia huu ukaanza kuwatisha wakazi wa Rama.

Boke na mwanawe, Eddah, waliacha mitungi ya maji wakarudi nyumbani ili kukimbilia usalama wao. Mzee Kanja na Mwita hali kadhalika walikimbilia usalama wao pia. Hawakuwa na wakati wa kuchukua chochote. Jeshi la watu zaidi ya mia nne lilikaribia Siloko na halikutaka kumpata yeyote asiye wa damu yao kindakindaki. Wenye kuchoma walichoma na kuharibu kila kitu; si binadamu si wanyama. Ilikuwa kama ile siku Maulana alipoamua kuichoma Sodoma na Gomora kwa ajili ya dhambi zilizowagubika wakazi wake.

"Tumemkosea nani?" Swali hili lilirudi katika moyo wa Boke huku naye akijiunga na mlolongo wa watu uliofanya halahala kupaondoka pale Siloko. Ilikuwa kama siku ya kiama. Watu walihangaika. Walimkimbia adui aliyekuwa mtu waliyemjua vizuri sana na kuelekea wasikokujua. Kila mtu alitaka kuinusuru roho yake.

Boke hatawahi kulisahau tirivyogo la siku hiyo. Watu walikimbilia makanisani. Wengine walikimbilia vituo vya polisi. Watu wengine walikimbilia shuleni ili kujisalimisha na kundi lililofurika kama gharika, kundi lililojaa hasira; kundi ambalo sasa lilitambuliwa na kuogopewa kama nduli.

Hatimaye, Boke alijikuta katika kituo cha polisi cha Lumbasa. Polisi wachache waliokuwepo waliwatuliza watu na kuwahakikishia kwamba wangerudi katika mashamba yao. Watu wengine walikimbia na kuelekea pande zote zilizozunguka Siloko. Kuna walioenda Laka. Wengine Raka huku wengine walielekea Singiza na hata Suleka. Boke aliona maiti za watu wengi. Kuna wale waliopigwa risasi. Kuna wale waliokanyagwa na wenzao wakati wakitoroka. Kulikuwepo na ajuza aliyeshindwa na harakati za kukimbia. Alianguka jiweni. Mungu akampumzisha na kero la maisha.

Kila mmoja aliomba Mola wake kumwepusha na dhoruba ile iliyopiga na kuyumbisha ujasiri wowote uliokuwa katika mioyo yao. Mwita na baba yake walikimbilia msituni. Kwa bahati mbaya risasi ikampata baba. Mwita aliona baba yake akijaribu kukimbia huku mkono mmoja ameushika kifuani nayo damu ikichirizika. Katika lile kundi la wale waliokuwa wakitoroka, hapana aliyekuwa na simile ya kumsaidia Mzee Kanja. Hata Mwita mwenyewe asingeweza. Alikimbia akamwacha baba yake akiwa ameanguka na kulala chali kwa uchungu mwingi. Mwita na wenzake waliingia katika vichaka vya Lumbasa wakaenda kujificha humo ndani.

Boke alipata habari za kifo cha mume wake kwa mpigo. Mkimbizi mmoja aliyetoka kambi ya hospitali alimpata Boke hapo katika kituo cha polisi na huyo ndiye aliyemweleza kwa uchungu mwingi.

"Pole," huyo mkimbizi alimweleza Boke.

"Kwa nini?" Boke alimuuliza kwa kuchanganyikiwa kwingi.

"Hukusikia yaliyompata mumeo Kanja?" mkimbizi huyo alimuuliza.

"Sijasikia. Kwa nini? Walimshika?" Boke aliuliza maswali dabali.

"Alipigwa risasi msituni akikimbilia usalama," mkimbizi, Mama Milka, jirani yake alimfafanulia Boke.

Boke alilia hapo kituoni huku akiwa ameweka mikono kichwani. Milka alijaribu kumnyamazisha asifanikiwe. Baadaye alitulia tuli katika kona moja. Alianza kukubali hali yake ya ujane iliyomtambalia.

Maelfu ya maswali yalipitia akilini mwake. Vipi ataupata mwili wa mumewe? Vipi atauzika kwa heshima? Vipi atarudi nyumbani bila kuhatarisha maisha yake? Hasira alizokuwa nazo zilimfanya afikirie angeweza hata kupigana na kundi la Jeshi la Vijana. Mara kwa mara alisikika akipiga vidoko, akikunja ngumi na kuuma midomo. Kilio cha hasira kilimtafuna moyoni. Macho yake yaliweza kuangalia nyuma alikotoka. Bado aliona nyumba zikiungua na migomba ikichomwa na hao wanajeshi waliozua balaa hapo Rama. Polisi walipopita hapo Suleka, jicho la Boke lililojaa ghadhabu liliwabeza huku wakitembea kwa takaburi.

"Wamelipwa hawa," moyo wa Boke ulisema kwa kuudhiwa kama mtu aliyeonja shubiri.

Mara alipita polisi mmoja mnono na mtanashati. Alikuwa na kitambi kilichojaa kama kiriba. Shingo yake nene haikumpa kupinduka vizuri upande upande kwani ilikuwa imenenepa kwa mafuta ya hongo aliyopata hapo Rama. Alikuwa na mashamba manne pale Rama; mashamba ambayo hayakulimwa; yalikaa boya tu. Alijulikana kwa kushika watu wa pombe ili apate mlungula. Mke wake

11

na watoto wake wameishi kwa milungula. Jicho la Boke halikutamani kumwona alivyotembea kama mtu aliyeishika nchi yake mkononi na kufanya alivyotaka. Hakujali jicho lililomwona. Aliona bora ale, avae na atumbukize pesa katika mfuko wa familia yake usiojaa daima. Hakuonekana kupigwa mshipa na zogo hili ambalo lilitawanya watu kutoka makazi yao. Yeye alipata mshahara wake pamoja na mlungula. Alikuwa ana shamba ambalo hakulilipia hata ndururu. Lilikuwa limeandikishwa jina lake; yaani stakabadhi ni yake. Jinsi hiyo kesho ya wanawe ilikuwa imara kulingana na alivyoyaona mambo hayo.

Baada ya wiki mbili, makabiliano baina ya makundi hasimu yalipungua. Kundi la Jeshi la Vijana lilionekana kushinda nguvu kundi la Kaskasi. Kaskasi lilikuwa ni kundi ambalo lilianzishwa kukidhi mahitaji ya wahamiaji. Askari walisaidia katika kuleta mwafaka. Watu walishauriwa kurudi nyumbani mwao. Kuna wale waliochelea kurudi lakini kuna wale waliorudi. Walielezwa kuwa jicho la serikali ni kali na linaweza kuona kila mahali. Walielezwa wasiwe na shaka kwani walikuwa katika taifa huru lililojulikana barani Afrika kama Kisiwa cha Amani.

Makundi mbalimbali yalijaribu kuzungumza ili kuleta amani.

🍐 🍐

Ni katika msimu huu ambapo Boke alipata nafasi ya kurudi nyumbani na kujiandaa kumfanyia mumewe mazishi. Nyumba yake iliungua upande. Mvua nyingi iliyokuwa ikinyesha ilimfanya Boke kufunika paa la nyumba yake kwa magunia na majani ya migomba. Baadaye ikawa nyumba ya kukaa. Mwita naye hakuwa amerudi nyumbani. Eddah pia hakurudi nyumbani. Boke alianza kushughulika kuupata mwili wa mumewe; Mzee Kanja. Kwa wiki mbili aliutafuta asiupate. Maskini! Hapana ufuo wowote ambao hakwenda kumtafuta huyo mwendazake mumewe. Alipokuwa yuko karibu kupoteza matumaini yake, akaambiwa mwili huo ulionekana katika hospitali ya *St Mary's* mjini Raka. Majirani walimsaidia wakamchangia akaenda akauleta. Maiti ya Mzee Kanja iliibua visima vya machozi machungu. Machozi ya wakati, fimbo ya wakati waliyochapwa nayo watu walionunua mashamba yao kwa pesa zao lakini ambao hawakuweza kuyakalia kwa kuchelea visa vya Jeshi la Vijana. Alipigwa risasi ya kifuani ikararua raruraru mishipa na neva za moyo wake. Alisalimu amri akaenda ahera. Rama kulikuwa mahali alikokamia kutafuta usalama kutoka kwao, lakini baadaye pakawa mahali ambapo hapakumpa huo usalama hadi akafa. Baada ya kupigwa risasi, wanajeshi wa Jeshi la Vijana waliukatakata mwili wake kuhakikisha haponi. Boke alihesabu majeraha manane ya upanga. Kanja alichukiwa uzimani, akachukiwa mautini. Kwa nini? "Risasi tayari zilikuwa zimemuua. Walimkata kwa nini?" Haidhuru, Boke alifanya matanga na siku ya pili wakauzika mwili wa mumewe licha ya vitisho kuwa wangeingiliwa na kuzuiliwa kuzika na Jeshi la Vijana.

Boke alimwazia Inspekta Suko aliyesimama kidete kupinga visa vya Jeshi la Vijana. Ilimbidi kutoroka kambini kwa kuchelea usalama wake. Ameandikiwa barua ya kumwonya na wanayusi waliokuwa katika Jeshi la Vijana. Suko alikuwa ni polisi aliyekuwa na moyo adimu. Moyo wake ulikuwa umelainika kama ulimi. Hakuwa na kinyongo. Alifahamu kazi yake ya uaskari. Kabla ya msimu wa mashambulizi alijulikana katika kambi ya Lumbasa. Aliamka asubuhi na kukimbia kwa minajili ya mazoezi. Kama ungeenda pale Siloko akiwa zamuni, angetangamana nawe kwa heshima. Alijua kusikiliza mtu alipokuwa akisema naye. Licha ya cheo chake alisema na watu kwa utaratibu.

Msimu wa mashambulizi ulipogonga hodi mlangoni alisikitika. Alishinda akiwashauri vijana wapendane.

"Ni watu wa nchi moja," alisema Suko. "Tusihasimiane. Mimi ni polisi wa wananchi wote. Si polisi wa kabila langu. Daktari ni mhudumu wa taifa lake wala si wa watu wake. Mhubiri, mwalimu, dereva, hali kadhalika. Huwezi kukubali daktari wa kabila lako akuhudumie kama hajahitimu. Hata kama ni yule unayemchukia mradi yeye amehitimu ndiye utakayemwita kukuhudumia. Dunia ni kusaidiana. Dunia ni kutangamana." Hivi ndivyo Inspekta Suko alivyopenda kusema.

Jumamosi moja alinusurika cheche za bunduki akiwa kwenye pikipiki akielekea madukani hapo Lumbasa. Ilimbidi akimbize pikipiki kiwazimu. Hakufa moyo bali aliendelea kuhubiri amani.

"Mwambieni huyo Suko aende kuhubiri kanisani," waliomchukia walimbeza.

Suko akawa ni mfano wa askari aliyetaka kufanya kazi lakini akawa hana mwenza. Akawa yumo katika watu waliofikiria kivingine; watu ambao kabila lao lilikuwa muhimu na bora kuliko kazi yao na utaifa. Suko alistaajabu. Alikaa miongoni mwa watu waliobadilika kama lumbwi. Mchana walicheka. Usiku walinguruma kama simba. Walitisha. Waliogofya!

SURA YA PILI

❧

Kundi hilo la vijana lilianza kama tone la maji. Baada ya miezi minne likawa mto. Baadaye kidogo likawa bahari. Hiyo bahari ikabomoa kingo zake kwa kujaa na kuwa gharika kubwa. Lilisajili vijana wengi, hasa wale vijana waliokuwa malofa wa pale Lumbasa, Mikindani, Kopsaro na hata miji mingine. Vijana wengi walipiga uhuni na kushiriki katika ulevi na baadhi yao walifanya biashara ndogondogo za haramu. Vijana hao walikutana katika vikundi vidogo vidogo na wakaanzisha siasa fulani. Siasa za kunyakua ardhi ambayo walidai kuwa ilikuwa ni yao na iligawanywa vibaya kwa kupitia kwenye misingi ghushi. Wazo hili hatari lilichipuka kupitia miongoni mwa vijana wa Kisululu waliodhania kuwa ndilo kabila asilia la sehemu hiyo. Wanajeshi wanne wastaafu na polisi wastaafu watano wakawa ndio kiunzi cha lile Jeshi la Vijana. Mkuu wa Jeshi aliitwa Bwana Meja-K.

Meja-K alikuwa kijana wa Kisululu. Alikuwa mwembamba na mrefu wa kimo. Alipenda mzaha na alipendwa na watu wa makabila tofauti yaliyoishi Rama. Ingawa hakuwahi kwenda jeshi, alipenda sana kuvalia magwanda ya kijeshi na kutembea kijeshi. Alikuwa na hulka ya kijeshi. Hakusoma sana. Baada ya darasa la saba alirudi nyumbani kumsaidia mama yake, aliyekuwa mjane, kulima na kulisha mifugo yao iliyokuwa tegemeo lao la pekee. Baba yake aliuawa katika makabiliano ya awali huko Rama. Kwa hiyo aliishi bila baba, bila mwangalizi mwingine ila mama yake mzazi. Mbegu hii ya ugawaji wa mashamba ilipochipuka moyoni mwake ilipata rutuba ya chuki ya kufiwa na baba katika sarakasi ya mashambulizi ya kikabila na hujuma ya mashambulizi ya awali.

Sehemu kubwa ya shamba la babake mzazi ilichukuliwa. Chifu Malonza akawaeleza kuwa Mzee Makoti hakustahili kupata sehemu hiyo ya ardhi. Ikauziwa bwanyenye mmoja kutoka Dunga akawa

15

anapanda mipamba. Ni humu shambani ambamo mama yake mzazi pamoja naye walifanya kazi kama vibarua na kulipwa pesa kidogo na posho kidogo lakini kwa bezo la kupindukia. Meja-K alikumbuka juhudi za babake za kulisalimisha shamba lake. Baba mzazi alipanda vilima akashuka mabondeni. Aliingia kila korti. Alibisha kila mlango husika wa serikali lakini hakufaulu kulisalimisha shamba lake. Kishamba kilichobaki hakikuweza kuhimili familia yao ya watoto saba. Kazi ya ofisini nayo hakuweza kuimudu kwa sababu kisomo chake kilikuwa kidogo.

Ujumbe wa kuunda jeshi la kukabiliana na makundi ya wageni ulipofika aliupuuza kwa kinywa kipana. Alijua yeye alikuwa kijana mpole aliyeheshimu mila zao. Hakutaka pia kwenda kwenye mkono mbaya wa sheria. Mama yake siku zote alimwasa awe mtoto mtiifu naye hakutaka kumvunja.

"Sitaki na siwezi!" ndivyo Meja-K alivyosema siku hiyo alipoelezwa na vijana wengine.

"Kama huwezi basi utakuwa upande wa adui zetu," kijana mwenzake alimweleza.

"Una maana gani?" Meja-K aliomba maelezo ya yale maneno tatanishi yaliyomgonga kwa uzito mwingi moyoni mwake.

"Eeh, tumeamua kuwa kama hutakwenda na sisi, basi tutakuja. Tutakufundisha nini maana ya kuwa mzalendo na namna ya kupenda watu wako na ni nini maana ya kuwa kibanawasi," kijana alimweleza Meja-K.

"Sawa. Nyinyi endeleeni. Mimi nina matatizo mengi ya kushughulikia," Meja-K alisema.

Meja-K aliondoka. Alienda zake nyumbani lakini maneno yale yaliendelea kuleta mwangwi katika masikio yake. Nyumbani hakuwa na raha. Mamake mzazi, Kimaka, akamuuliza kisa na maana ya unyamavu wake.

"Niko shwari, mama," Meja-K alisema. Hakutaka kumweleza mamake jambo la kumletea matata. Aliona mama yake alikuwa tayari amepata mateso mengi wala hakustahili kuteseka zaidi.

Meja-K aliendelea kukaa. Alikosa vitu vya kimsingi. Alikosa hata chakula. Hapo ndipo akili zake zilipoanza kurudia kwenye ile sehemu ya baba yake ya shamba la bwanyenye. Walikuwa wameambiwa wangefidiwa pesa fulani. Mama yake alidai hizo pesa miaka na mikaka bila mafanikio. Mama yake Meja-K, Bi. Kimaka, alikwenda kwa Chifu Ngata miaka nenda miaka rudi. Baadaye kwa afisa wa wilaya. Hatimaye katika halmashauri za mashamba. Hapana aliyeelewa jambo alilokuwa akilisema. Wahusika aliowafuata walijifanya kutoelewa kile ambacho alikuwa anakisema.

Baada ya miaka hiyo yote kidonda kilipona. Hapana aliyewazia suala hilo tena. Lakini haya mambo ya Jeshi la Vijana yalipozuka, hicho kidonda cha kunyakuliwa shamba la baba yake kikazuka tena, kikaanza kuupekecha tena moyo wa Meja-K.

Meja-K akakumbuka jioni moja nyanya yake, Nzingo, alipomsimulia kisa cha Sungura na Fisi.

Zamani za kale, Sungura alienda kwa Fisi. Fisi alikuwa akila mbaazi kwa mchuzi wa samaki.

"Pole nimemaliza chakula," Fisi alimwelezea Sungura aliyekuwa na njaa nyingi kwelikweli.

"Ni vyema lakini mimi kwa siku mbili sijala na wala sina tamaa ya kupata chakula," Sungura alisema akimtazama Fisi aliyekuwa akimalizia mbaazi kwa mchuzi wa samaki.

"Itabidi tufanye mikakati kaka ndipo tuishi. La sivyo, hii njaa itatuua kama ilivyomuua ndovu na hata simba," Fisi alisema kwa mazingatio makubwa.

"Tutafanyaje nawe na unaona chakula hakuna? Maji hakuna?" Sungura alimuuliza Fisi ambaye alikuwa amekaa na kujishika tama.

"Lazima tuamue kitu kimoja," Fisi alisema.

"Kitu gani?" Sungura aliuliza, akionyesha hamu kubwa.

"Ni kitu kinachotaka ujasiri nacho ni tule mama zetu ili tuweze kuepuka kifo," Fisi alisema.

Sungura alitikisa kichwa huku akishangazwa mno na ujinga na hasa ulafi wa Fisi.

"Mimi hilo siwezi ndugu," Sungura alimweleza Fisi huku akicheka, kisha akapiga miayo kwa njaa aliyokuwa nayo.

"Basi kama huwezi, kamwe usizungumzie mambo ya chakula. Mimi nitafanya juu chini hata nimle huyu mama yangu. Naona amekaa miaka mingi na naona hata mzigo wa kumlisha unaniwia mzito sasa," Fisi alisema.

"Asilani! Katu siwezi kumla mama yangu kwa sababu yoyote," Sungura alisema akisisitiza.

Baada ya muda Fisi alimnyemelea mama ya Sungura akamla huku akimficha wake ili amhadae Sungura ya kwamba keshamla mamaye.

"Mamangu haonekani. Au umemla wewe?" Sungura alimuuliza Fisi. Fisi, kwa kuchelea hasira za Sungura akatimua mbio na kuelekea mwituni.

Hii hadithi ilimchenga tena Meja-K. "Je, ama ni kweli mama zetu wapo au wameliwa na huyu Fisi rafiki yetu? Je, tuna ukakamavu gani wa kumfuata huyu Fisi ili kumwadhibu? Je, kuna haki ipi ya kumwachilia?" Meja-K aliwazia mchana. Aliwazia usiku. Polepole akawa anabadili msimamo wake.

Jioni moja Meja-K akajitosa katika kidimbwi cha kundi la vijana. Akapewa mafunzo na askari mstaafu. Awali alikuwa mbumbumbu lakini sasa alikomazwa. Kwa ajili ya uelewa na ukakamavu wake, alifanywa kiongozi wa kikundi hicho. Siku ya mashambulio ikapangwa. Walioisikia habari hii walicheka vicheko na kuwabeza. Kumbe hawakujua! Kumbe… Meja-K alijifunga njuga za ukombozi akaingia uwanjani kwa ushindani. Meja-K ambaye awali alikuwa mtulivu kama njiwa akawa mkali kama nyati. Jukumu lake jipya lilibadili hulka yake ya upole.

🌢 🌢

Mkutano wa Chifu Senge ulichelewa kuanza. Saa sita haukuwa umeanza. Watu walichelea wasije wakaenda wakavamiwa na Jeshi la Vijana. Boke hakuwa na moyo wa kuhudhuria huo mkutano kamwe.

"Niende mimi?" alijisemea Boke mara kadha wa kadha.

"Twendeni," Selah alimhimiza. Pia Milka, alihimiza.

"Chifu atatueleza porojo zake hizo kisha usiku waje vijana wafanye mambo yale waliyoyazoea kufanya," Boke alisema waziwazi. Hakuogopa! Hakutishika; ni kama aliyeshikwa na wazimu!

Boke alikuwa na majonzi mengi yaliyomfanya kuchukia mikutano kama hii. Baada ya kuondokewa na mumewe hakujua walikokuwa wanawe wawili, Eddah na Mwita. Tangu yale mashambulizi ya kwanza, alikuwa hajasikia lolote kuwahusu. Ni kama alikuwa anakata tamaa. Ni miili mingapi ameangalia hajawaona wanawe? Sasa alimwachia Mwenyezi Mungu amtafutie. Jicho la Maulana laona kote kule. Atawapata. Kila aliposikia uvumi wa vijana kuuawa, kutupwa na wengine kuzikwa bondeni, tumbo lake la uzazi lilichomeka na kuchemka kama chungu motoni.

Boke, Selah na Milka walikwenda Mikindani katika mkutano wa Chifu. Yeye Chifu na wasaidizi wake walisafirishwa kwa sababu waliishi nje ya Rama kwa usalama wao.

Chifu Senge alitangulia kusema ili kumtanguliza Mkuu wa Wilaya, Bwana Gondi. Baraza halikuwa na watu wengi.

Chifu alisema kwa hasira:

"Amani lazima tuilete hapa Rama. Sisi watu wa nchi moja. Sisi watu wa bara moja. Tumeumbwa na Mungu mmoja. Japo makabila yetu ni tofauti, lazima tupendane," Chifu alikata maneno yake ili kumkaribisha Afisa wa Wilaya ili naye baadaye amkaribishe Mkuu wa Wilaya.

"Sina maneno mengi. Nina maneno machache tu. Serikali inataka tupendane na tukae kwa amani. Sisi wenyewe tunajua maadui zetu. Bwana Mkuu wa Wilaya nakukaribisha useme na watu wako," Afisa wa Wilaya alijikata usemi.

Mkuu wa Wilaya alisimama. Alikuwa bado kijana mdogo. Alikuwa mrefu wa kimo, mwembamba, mwekundu na mbeja wa sura. Alivaa jaketi la kijeshi. Hakuwa na furaha aliposimama kusema.

"Hamjambo wananchi?" alianza.

"Hapana maneno," baadhi ya vinywa vilisema. Vinywa vingine viliamua kunyamaza kama maji mtungini.

"Mimi nimekuja hapa kuwaletea salamu za heri njema. Nimekuja kuwaomba muishi kwa amani kama ndugu na ndugu. Kama kuna malalamishi yoyote kuhusu ugawaji wa mashamba, ofisi za serikali ziko wazi, njooni mseme. Serikali italainisha mambo hayo. Hapana haja ndugu mlioishi pamoja kwa amani mkihudumiana muanze kupigana na kuuana kama ilivyokuwa mwezi mmoja uliopita. Tumepata malalamishi ya uporaji, ubakaji na mauaji ya watu wasio na hatia. Hili kundi la Jeshi la Vijana mjue si kundi halali. Halitambuliwi na serikali. Mjue likipatikana na serikali, italiadhibu vibaya sana."

Watu waliokuwa mkutanoni walipiga kelele za kumzomea.

"Uongo! Uongo!" walisema baadhi ya watu.

Askari tawala walisimama kujaribu kuwatuliza watu waliojawa na hasira na waliokuwa wanataka kuuvuruga mkutano kwa kuutoka na kwenda zao. Baada ya dakika tano za mashauriano walimwacha Bwana Mkuu wa Wilaya, aliyeonyesha ghadhabu ya wazi, aendelee na hotuba yake; hotuba ambayo wengi waliona inawakera na kuwapotezea muda.

"Amani ni kwa manufaa yenu na vizazi vijavyo. Hata Mungu anasema uwe mwangalizi wa ndugu yako. Kwa hivyo, nawaomba msifanye fujo bali mkae kwa amani, na kama kuna mambo mengine tutakuja kuyasuluhisha hatimaye. Ahsanteni, Mungu awe nanyi."

Mkutano uliisha, lakini kulidhihirika ya kuwa kulikuwa na zahama ya wazi. Watu waliohudhuria walikasirika hata zaidi. Hawakuona umuhimu wake. Walifanya fujo huku wakitoa ishara ya kuudhika na hadaa za serikali.

"Hakuna jambo hata moja alilosuluhisha," alisema Wawire.

"Ana uwezo wa kusuluhisha lolote?" alilalamika mzee mmoja aliyeitwa Laibon. Alikuwa amekatwa midomo akawa na shida ya kusema lolote kwa usahihi.

"Hawa hawa ndio walio na mashamba ya wenyeji. Hawa hawa ndio walio na makundi hasimu. Mchana wanajifanya wanatujali, kumbe...," Wawire alisema akionyesha kutamauka.

Boke, Milka na Selah walirudi nyumbani wakiwa na wingi wa mawazo na kutamauka mioyoni.

"Mimi nilidhani Mkuu wa Wilaya atasema ameleta polisi wa kuja kutulinda dhidi ya hawa majambazi," Boke alibubujikwa na maneno huku akipunga mikono hewani kwa ishara za kutamauka.

"Hata si hivyo. Nilidhani watafanya mpango wa watu waliofanyiwa hiana ya mashamba yao walipwe fidia na haya mashambulizi yaishe. Sisi hatutaki mashambulizi," Selah alisema.

Waliagana. Kila mmoja alienda kwake. Boke alipokuwa anarudi nyumbani alijiwa tena na lile jinamizi la kupoteza wanawe.

"Wangekufa nikawazika ningesahau," Boke alijisemea kimoyomoyo hapo nyumbani Siloko huku akiwa amekaa akiangalia nje na mvua ya masika ikinyesha kwa hasira.

Jioni baada ya mkutano wa Mkuu wa Wilaya, Jeshi la Vijana lilisambaza vikaratasi vya kutangazia watu kuhama. Watu waliposikia habari hiyo walistaajabu. Kuna watu waliotii maagizo ya hivyo vikaratasi wakahama. Wengine walikaidi. Boke alikuwa katika kundi lililokataa kuhama.

"Nitahamia wapi? Nyumbani niliuza shamba. Mzee wangu ameuawa na hao hao wanajeshi. Wakitaka waje waniue, niko radhi," Boke alisema akitembea kama mwanaanga aliyekuwa katika sayari ya zebaki.

"Mimi sitasubiri hili tandabelua. Nitakwenda kwa jamaa yangu. Yuko dadangu mmoja nitakwenda kukaa naye," Selah alimweleza Milka huku machozi yakimlengalenga machoni, na akionyesha kutamaushwa na hali ya mambo huku akiangalia mzigo wake wa watoto.

Mchana mzima watu waliomba. Walimsihi Mungu awanusuru kutokana na matendo ya Jeshi la Vijana. Kati ya hao watu alikuwepo

Boke. Mungu akawa ndiye mhimili wake na tegemeo lake. Boke aliomba kila aina ya maombi aliyoweza kuyakumbuka.

Usiku ulifika. Moyo wa kila mkazi wa sehemu ya Siloko ukawa nje ya nyumba. Kila unyasi ulipoanguka nje walikuwa wanatishika. Boke alikuwa macho hadi saa tisa. Hapo ndipo usingizi ulipomwahi. Akawa yuko katika ahera fulani ya duniani; mahali isipofika fimbo ya wakati.

Mlango ulibishwa taratibu. Boke alisikiliza kwa makini yote huku akiwa amefunga pumzi.

"Ndio hao, wamerudi tena," nafsi yake ilisema huku akibabaika pakubwa.

Lakini mbishaji alibisha bila fosi, bali taratibu tu. Boke alishangaa atafanya nini. Akawa ameduwaa.

"Ni mimi, mama," sauti ilitangaza kwa woga katika usiku ulioogopewa kama nduli.

"Ni mimi, Eddah," sauti ikasema tena.

Boke akitaka kuinuka ikawa miguu yake haina nguvu ni kama iliyopoozwa kwa ukongo fulani.

Baadaye aliinuka. Akaomba Eddah asije akawa amekuja nao hao majangili.

"Mwanangu," Boke alisema akimtathmini mwanawe.

"Maama," Eddah alisema na kuanza kulia huku akiwa ameshika mkono wa mamake uliompa joto alilokosa kwa muda mrefu.

"Ulikuwa wapi? Nimekutafuta hata mahala kusikotafutwa mtu. Jamani!" Boke ilimtoka kauli.

"Nilishikwa na Jeshi la Vijana, mama," Eddah alimpa mamake habari.

"Kisha?" mama yake akamuuliza huku akiwa na hamu kubwa ya kutaka kujua na huku akimtia mwanawe jicho bila kupepesa.

"Kisha…" Eddah alianza kulia.

"Kisha nini? Niambie roho yangu yatoka kifuani; kifuani ku moto, mwanangu," Boke alisema huku akiwa hajampa mwanawe hata fursa ya kukaa. Eddah alikuwa amemkamata mwanawe mkononi utadhani ni bastola.

"Walinidhulumu kimapenzi, hao wanajeshi," Eddah alimrushia mamake bomu huku hayo maneno yakimliza mwenyewe pia.

Boke alisikika akipumua kwa nguvu tena haraka haraka. Machozi yalimiminika kutoka machoni. Alitazama ukutani huku amefumba macho.

"Haki Mungu tumekukosea nini?" aliuliza swali ambalo humkaa moyoni. Leo lilitoka. Lilitoka kama fataki, twaaa!

Hatimaye waliketi chini. Eddah akaanza kumnyonyesha mwanawe ambaye alikuwa akilia. Alikuwa na hadithi pevu. Mamake alikaa akaisikiliza. Hadithi hii ikamkatakata mama yake maini.

"Ile siku tuliyokuwa tukikimbilia msituni tulishinda humo. Humo ndimo tulimolala siku tatu. Baadaye tulienda katika soko la Ngoloso tukaanza kukaa katika kundi la watu kumi.

Baadaye tulishambuliwa na Jeshi la Vijana. Ndipo tukasogea katika soko la Ndalu. Hapo Ndalu tulifukuzwa pia na hao Jeshi la Vijana walipoendelea kupambana na kundi la Kaskasi. Usiku Jeshi la Vijana walikuja na bunduki, mishale na mapanga. Walitutangazia wageni sote tuondoke. Ikabidi tung'oe nanga. Huo wakati nilikimbilia usalama wangu na ndipo niliposhikwa na kundi fulani la askari hao. Nilipelekwa msituni. Kazi yangu ikawa ni kuwapikia nikiwafulia huku nikitoa huduma za mapenzi kwa askari."

"Usiendelee, mwanangu, tafadhali, tafadhali," Boke alisema huku amefunika macho yake na kuinua mikono yake angani. Alimkata Eddah usemi.

Boke alikaa hapo. Alishindwa kuzuia michirizi ya machozi iliyomteremka. Boke alikumbuka miaka kumi iliyopita, shangazi yake aliyeitwa Eddah kama mwanawe alipokuwa na shamba la ngano na mahindi ambalo liliteketezwa na genge la wapiganaji.

Mwenyewe alipofanya ubishi akanajisiwa na vikundi tofauti tofauti. Hasira ilimpanda. Alikataa kuzungumza na mtu yeyote. Baadaye alifariki kwa kihoro. Hakuwa na tamaa na yoyote au chochote. Boke hakuamini ya kuwa shangazi yake alimwachia mwanawe 'laana ya matatizo' iliyomwandama kila kukicha. Eddah alilala hadi asubuhi. Siku nyingi alikuwa akilala porini. Siku nyingi alilala katika miamba na mahandaki. Aliapa angelipiza kisasi siku moja. Vipi? Hakujua lakini aliapa lazima atakuja kulipiza kisasi pindi akipata fursa.

🌢 🌢

Meja-K alikaa katika kiti cha plastiki akisoma gazeti la siku, *The Daily Telegraph*. Alirauka leo asubuhi ili kupokea msaada ulioletwa kwa ndege ya helikopta kutoka kwa wahisani na wafadhili. Alikuwa na uhakika sasa jeshi lilikuwa na chakula cha kutosha, dawa za kutosha na vinywaji vya kuwaburudisha vijana baada ya oparesheni zao. Wiki mbili zilikuwa zimepita kabla ya kuwasiliana na Mheshimiwa Mwamba. Ilisemekana alikuwa amekwenda ng'ambo kwa matibabu ya figo yake ambayo kwa miezi minane sasa ilimtaabisha na kumwondolea raha ya maisha.

Meja-K alipata kusoma kuhusu zogo la kitaifa lililofuatia kuhusu viongozi kugombania kura. Lo! Kilikuwa kivumbi kweli. Fahali hao wawili walipopigana nyasi ndizo zilizoumia. Watu waliuana. Watu walilaumiana. Ndivyo maisha yalivyo. Binadamu wakati mwingine hajui anatafuta kitu gani. Meja-K alisoma kuhusu washauri wa kimataifa waliokuja kuwasuluhisha viongozi hawa wawili waliokuwa mithili ya majogoo kizimbani. Kila mmoja akidai ndiye mshindi. Yule msichana waliyemgombania walipewa watu wale wawili kummiliki na kumdhibiti. Mwafaka huo ukawafanya hao ndugu na marafiki wa muda mrefu watupile mbali silaha wakaanza mashauriano. Mashauriano? Naam, mashauriano.

"Mwanamume kamili hapaswi kukubali mashauriano. Mashauriano ni ishara ya uoga. Sisi tutapigana hadi mtu wa mwisho ashindwe na kuuawa. Ile nyingine ni siasa. Haya ni maisha na uhai wetu," Meja-K

24

alisema. Meja-K aliwaza tena kuhusu yale malipo ya vijana ya kila Jumamosi. Yalicheleweshwa ile wiki na asingependa yacheleweshwe tena. Yangeendelea kucheleweshwa ingekuwa vigumu kudhibiti imani ya vijana katika Jeshi lao la Vijana.

Meja-K alipomaliza kusoma gazeti akateremka chini bondeni kwenda kuona mahabusu walioshikwa katika oparesheni ya jana hiyo. Walikuwepo pale. Wanaume kwa wanawake wote walikaa virondo. Wasiwasi uliwajaa usoni. Alikuweko bwana mmoja, Koka, aliyekuwa mwinjilisti. Alikusanya pesa nyingi kutoka kwa waumini akajenga nyumba, akanunua mashamba akawa ndiye mfalme wa pale Rama. Wake za watu wakawa wanamfuata kama nzige wafuatavyo mimea ili kuiharibu. Macho ya Meja-K yalimwangalia Koka. Koka akamwangalia kwa macho ya kuomba msamaha.

"Nani wewe?" Meja-K alimuuliza Koka, aliyechutama kwa namna tofauti kidogo; namna ambayo ilichochea kicheko katika moyo wa Meja-K.

"Mimi ni Koka, mimi ni mtume wa Mungu. Mungu aliye hai. Mungu wa Yakobo. Mungu wa Danieli. Mimi ndimi ninayeokoa roho na nafsi za watenda dhambi. Nimetumwa kutoka mbinguni kuja kufanya huduma hii hapa Rama. Kuleta mapenzi. Kuleta usalama. Kuleta mwafaka kati ya ndungu na ndugu. Hunijui wewe Meja-K?" Koka alimuuliza akionyesha hasira fulani aliposhawishika kuwa Meja-K alikuwa anajifanya kutomjua.

"Sikujui mimi ninaijua Biblia na bunduki zaidi. Sina hakika utaniletea ile amani niitakayo na kwa wakati niutakao. Wewe ni afriti. Wewe ni mfanyabiashara. Mustaafa! Mchukueni huyu mtu mniletee kichwa chake jioni. Mnasikia? Fanyeni halahala. Sitaki kuona vinyonga wakijifanya ndio malaika. Hawa ni waongo wanaojifanya kuwa ndio wasuluhishi wa mizozo. Hawa ni watu wanaoongozwa na uchu wa matumbo yao badala ya ile imani ya kumfanyia Mwenyezi Mungu kazi."

"Ndio, afande," Mustafa alikauka hapo akamchukua Koka aliyevuliwa nguo zote akawa amebaki uchi wa mnyama. Koka alipokuwa akitembea alionekana kama yonda hasa. "Nisamehe!" Alilia Koka huku Nchikavu akimsaidia Mustafa kumnyanyua naye Koka akijaribu kufanya matata bila ufanisi mkubwa.

"Msamaha ungemuuliza Meja-K. Mimi ni mtumwa tu, Koka. Hata mimi hujanikosea lakini lazima nitekeleze wajibu wangu. Siwezi kuipoteza kazi kwa ajili yako," Mustafa alimweleza Koka aliyeanza kulia na kutumia kila ufundi kuomba msamaha na kumrai Meja-K amwachilie.

Mustafa alimpeleka Koka uwanjani akamwita Mzee Makanyaga aliyekuwa maarufu kwa kuwakata watu shingo na kuwakata wengine masikio.

"Usimdhuru lakini nitolee kichwa tu! Bwana mkubwa anakitaka," alisema Mustafa, akicheka kicheko cha tashtiti.

Mustafa alikwenda kumpatia Makanyaga vijana waliotoroka kambini lakini wakashikwa. Wengine walifaulu kutoroka. Vijana wote sita walipiga magoti karibu na kaburi la jumla ambalo tayari liliimeza miili ya makumi ya watu. Kinywa chake kilikuwa kimepanuliwa kama kinywa cha mamba. Karibu na kaburi hilo kulipaa maelfu ya tai wakiitafuta mizoga ya binadamu.

"Warusheni humo ndani. Msiwaue! Iache ardhi yenyewe iwaue. Sisi hatutaki kuua mtu," Mustafa alielekeza.

Wasaliti walitumbukizwa kaburini, kifusi kikarushwa juu yao na vijana wanne jasiri. Vijana walijikojolea walipoelekezwa katika hilo shimo. Vilio vya kukata roho vilitoka humo kaburini. Vilio vilivyoomba msamaha vilisikika lakini hapana aliyejali. Baadaye vilio vilikatika. Ardhi ikawameza wakiwa bado hai. Walijua fika kuwa mtu akielekezwa hapo kaburini hapangekuwa na msamaha.

Meja-K alielezwa na Mustafa kuwa Mheshimiwa Mwamba alikuwa ametuma malori sita ya silaha. Alifafanua kuwa silaha hizi zilikuwa za kisasa. Pia alikuwa mara hii amekumbuka kuleta vifaa vya mawasiliano. Vifaa hivi vilisaidia katika kurahisisha mtandao wa mawasiliano katika Jeshi la Vijana.

Meja-K, akiwa amevaa sare ya kijani ya Amiri Jeshi, alikagua vyombo hivyo huku akitikisa kichwa kuashiria ukubalifu.

Baada ya ukaguzi wa silaha, Mustafa alitayarisha paredi. Meja-K alienda kuikagua paredi na kuihutubia.

"Pareedi!" Meja-K alinguruma kama bomba la trekta.

"Afande!" Jeshi lilimjibu Amiri Jeshi Meja-K.

"Ninawapongeza kwa juhudi zenu. Ninawapongeza kwa uzalendo wenu pia. Kufuatia juhudi zenu tumefaulu kutoa gugumaji ndani ya maji yetu. Limetoka na sasa tunataka tubaki na maji safi. Gugumaji lina hasara nyingi. Nyinyi mnajua. Limenyonya maji yetu. Limetambaa kote. Hatuwezi kulivumilia. Lazima tuling'oe na tulikate bila huruma. Wafadhili wengi wako nyuma yetu. Watu mashuhuri hapa Rama pia wako nyuma yetu na muhimu zaidi, umma uko nyuma yetu. Wanataka tuyashinde mashambulizi haya. Ningewaomba mtawanyike mwende katika kazi zenu za kawaida."

Meja-K alimaliza matangazo. Askari walitoka wakaelekea katika shughuli zao za mazoezi.

Hali ya usalama ilizidi kuzoroteka Rama. Kundi la Jeshi la Vijana lilipozidi kushambulia na kikundi cha Kaskazi nacho kilijaribu kuwaangamiza. Watu wengi walilazimika kuhamia sehemu mbalimbali. Selah alihamia Maluko, kwa ajili ya usalama wake na wanawe. Milka naye akahamia Zindi. Selah alitembea mwendo mrefu kwa miguu ili kufika Maluko alikokaa dadake. Baada ya mwendo wa miguu alipata gari akaingia yeye na wanawe. Alimwacha Milka hapo akisubiri gari ambalo lingempeleka Zindi.

"Pole dadangu. Lazima nikuache hapa," Selah alimweleza Milka machozi yakimlengalenga.

"Si neno, nitapata gari. Dadangu, Mungu aliyekutoa kijijini Siloko akupeleke salama salimini hadi huko Maluko wendako," Milka alisema akikumbuka ile picha ya kuuawa kwa mumewe. Siku haikupita bila yeye, Milka kuiwazia kadhia hiyo.

Selah alienda mwendo wa saa nne. Alifika Maluko. Maluko nako kulikuwa ni sehemu iliyokuwa na baridi nyingi. Alimpata dadake na familia yake wamewasha moto, wanaota ili kuwaondolea baridi kali iliyovaa eneo lile.

"Karibu dadangu," Ngesa alimkaribisha dadake aliyeonekana mchovu ajabu.

"Ahsante," Selah alisema akitua mzigo wa gunia la manila alilokuwa nalo kichwani na ile mizigo ya watoto waliofuatana kama mabehewa ya treni.

"Habari za huko," Ngesa alimuuliza.

"Ni hayo ya mashambulizi ya wenyewe kwa wenyewe. Yanamalizika na kuanza tena."

Selah alisema kama mkimbiaji aliyefika mwisho wa safari yake ya ukimbizi. Pumzi zilimpaa. Alitaka kupumzika.

Ndugu yake alimkaribisha kwa moyo wa takrima. Hata shemeji yake aliyekuwa amekwenda shambani kulima aliporudi alimkaribisha Selah.

"Karibu shemeji," alisema Kembo kwa bashasha nyingi huku akitupa kipande cha sigara ya *Sweet Menthol.*

"Ahsante shemeji," Selah alisema akijaribu kutabasamu bila mafanikio yoyote.

Walikaa. Siku zikawa wiki. Wiki ikawa mwezi. Mwezi ukawa miezi. Kwa siku kadhaa moyo wa Selah uliokuwa ukihangaishwa na mashambulizi Siloko ulianza kufurahia. Moyo uliohangaika kwa ajili ya mashambulizi wakati wa tafrani ya Siloko sasa ulikuwa na amani. Alikula chakula kikamshuka. Alilala usingizi wa pono, usingizi wa kweli.

Nyumba ya Ngesa haikuwa kubwa. Ilikuwa nyumba ndogo ya haja. Ngesa na mumewe Kembo hawakujaliwa na Maulana kupata mtoto. Walijaribu kila mbinu ya hospitali lakini waliambulia patupu. Wakaamini ilikuwa ni kudura wakae hivyo hivyo. Walipendana licha ya hali yao ya ugumba na utasa. Hata wageni walipowatembelea waliwakaribisha kwa bashasha kamili. Hawakutaka kumnyima mgeni starehe yoyote. Ngesa alikuwa muuguzi katika hospitali ya Maluko. Mumewe, Bwana Kembo, naye alikuwa mkulima wa mahindi na alizeti. Alikuwa akifanya kazi katika jeshi la taifa, kisha akastaafu kwa hiari alipotimu umri wa miaka hamsini. Aliporejea nyumbani Maluko akaanza kilimo. Yeye, licha ya kulima mahindi na alizeti, alifuga nguruwe, ng'ombe na mbuzi.

Hapa ndipo ambapo Selah alikaa huku akiwa ametega sikio lake kusikia kama usalama umerudi Rama au la. Hata kama Selah alipata utulivu wa muda, akili yake iliwazia juu ya mali yake aliyoiacha nyuma. Aliwazia shamba lake na nyumba yake. Aliwazia tena usalama wa swahibu yake, Boke. Hakuelewa kwa nini Boke hakutaka kubanduka hapo Siloko. Walimrai bila kufua dafu. Alisisitiza kuwa hapo hapo Siloko ni kwake na hangetoka kwa vyovyote vile, iwe jua au mvua. Alikuwa kama Lutu wa Biblia aliyewazia mali zake kule alikotoka wakati malaika alipokwenda kumwokoa. Hii ndiyo sababu wakati fulani, licha ya kutunzwa vizuri na wenyeji wake, wakati mwingine alijiinamia kwa mawazo akiwa analaani hali ya Rama ya kuingia mashambulizi yasiyokwisha.

Milka, kwa upande wake, alipohamia Zindi hakupata kupapenda. Dada yake, Monika alimwona kama mzigo katika nyumba yake. Ulifika wakati ambapo walishindwa kuelewana na dadake. Mara nyingi Monika alimgombeza mumewe.

"Kwa nini unapenda kukaa sana na dadangu wakati sipo?" Monika alimuuliza mumewe.

"Lakini si ni she…" Bwana Ngoloni alijibu kwa kuchanganyikiwa kwingi.

"Aah, Bwana, mimi ninakushuku una mambo. Mbona nikiingia unajifanya..." Monika alimsingizia dada yake maneno chungu nzima hadi dadake akaondoka kurudi Siloko bila kuhakikisha kama kulikuwa salama.

"Acha niende, shemeji," Milka alimweleza Ngoloni asubuhi moja.

"Mbona unaondoka? Ungekaa kidogo, shemeji ukahakikisha…" Ngoloni alisema huku akimtazama shemeji yake kwa macho yake yaliyokuwa makubwa kama vipira vya tenisi.

"Aa sitaki kumwudhi dadangu zaidi," Milka alimweleza shemeji yake. Milka alirudi Rama kwa adha. Lisilo na budi halina budi kutendwa. Ilibidi alitende. Rama kulikuwa bado kunawaka moto, lakini akaona afadhali arudi kwake, yakimpata yampate nyumbani. Ilikuwa vigumu kwake Ngoloni kuamini kuwa mtu angemtendea dadake vile kama Monika alivyomtendea Milka. Hata Ngoloni alikumbuka alikutana na Monika akikaa na Milka huko Rama. Kulizidi nini hata mtu akawa na uchungu kama wa swila dhidi ya ndugu yake? Mambo ya dunia ni mengi. Pia Ngoloni alielewa tosha kuwa ukipatwa na la kukupata ndipo utakapojua rafiki ni nani, jamaa ni yupi.

Baki bandua; kiguu na njia, Milka alienda. Huku akirudi Siloko alikumbuka tena usiku ule Jeshi la Vijana lilipomvamia na hata kumwua mume wake. Aliwaza tena juu ya Nifreda aliyekwenda Kimbo kwa shangazi yake. Mama mtu alimwombea salama. Alitarajia baada ya dhiki kutakuwa na faraja. Lakini faraja yenyewe ni kama ilichelewa.

SURA YA TATU

❥

Ilimchukua Boke siku kadha kuelewa ile kadhia ya mwanawe. Lakini Boke alimzuia mwanawe kumsimulia visa zaidi vilivyompata mikononi mwa Jeshi la Vijana. Kila neno lilimchoma moyo kama kaa la moto kwenye kidonda. Eddah naye alikuwa na hasira tele. Alitaka kuyasimulia ili yote yaliyokuwa moyoni yakomoke. Kovu lilimkaa moyoni. Kila siku alisema alitaka kulipiza kisasi. Hata kama mtu wa Jeshi la Vijana mmoja atatolewa kafara yeye atakuwa amepata matilaba yake. Kilichomuuma zaidi ni unafiki wa Chifu Senge. Mchana Chifu Senge alihimiza amani katika mabaraza. Usiku ndiye aliyeshiriki kikamilifu katika upangaji wa mapigano ya mashambulizi. Alikuwa kama kinyonga. Alibadilika kulingana na wakati na hali. Eddah alipomwona akisema na wanajeshi hakuamini macho yake. Yeye Senge na Mwamba walishikana kama vipande vya nyororo.

"Ni yeye au mwingine? Ninaota au ninaona?" Eddah alijiuliza siku moja.

Lakini ndiye. Alikuwa na majukumu mawili yaliyomfanya kuwa nduma kuwili. Alifanyia serikali kazi mchana. Ungedhani ni malaika. Alijua kunyoosha sare yake ya kazi. Aliposema ungempenda. Alikuwa na ulimi wa kulazia. Ulimi wa ladha.

"Nchi ni amani," alisema akipita huku ameshika mgwisho na amevalia shati lililoandikwa, "Tandika hakuna matata."

Eddah hakuamini huyo Chifu ndiye aliyekuwa akishiriki tandabeluwa usiku. Ndiye aliyefichua siri za wakazi wa eneo la Siloko. Hakufanya bure. Malipo yake nini? Alipewa pesa na wanawe wakahamishiwa Laka kulikokuwa salama. Huko wakaenda katika shule za pesa za kutupwa. Chifu huyo alimnyang'anya mkimbizi nyumba yake nzuri ya ghorofa iliyosanwa na mafundi stadi. Nyumba

31

hiyo iliezekwa kwa vigae vizuri vya kuvutia na sakafuni ikawekwa vigae vya sini. Chifu aliingia akarithi kila kitu, mifugo, samani na vyombo. Hata na shamba kubwa la ngano la huyo mkimbizi akalirithi. Tunaelezwa kuwa huyo mkimbizi aliruka majini akajiua kwa kuudhiwa na vitendo vya Chifu huyo.

Mkimbizi huyo angeishi vipi baada ya kufanyiwa dhuluma na huyo Chifu Senge? Aliuza shamba la nyumbani ili kuhamia Rama lakini kumbe anaingia kwenye pango la nyoka. Moto wa jehanamu ulimuunguza, akajuta. Alipotoroshwa watoto wake na mke wake walikimbilia usalama kila mtu na njia yake. Leo ndiyo sababu Chifu Senge anapikia jiko si lake. Analala kitanda kisicho chake. Anasikiliza na kutazama televisheni isiyo yake. Lakini ana furaha. Anajipenda. Anamshukuru Maulana kwa kumfungulia mlango wa baraka. Eddah alimchukia Chifu alipomwona mchana. Eddah alitamani kumshika akabiliane naye lakini nafsi nyingine ikamwonya: "Mwanangu, usithubutu. Huu ni moto."

Boke na mwanawe siku moja walishinda wakizungumzia kadhia za Mayahudi nchini Ujerumani, baada ya kusikiliza habari katika kipindi cha redio.

Walikuwa wana wa Mungu lakini waliteswa walikokwenda. Hapana aliyewapenda. Mateso, maudhi na hujuma ya Mayahudi ikajenga mnara wa imani katika mji wa Mzee Kanja. Wao ni kama wakimbizi wengine waliouza mali yao na urathi wa kiasili kuhamia katika hilo eneo lililokuwa na rutuba na lililozalisha mazao anuwai lakini ambalo liligeuka na kuwa bonde la mauti.

Rama palikuwa na upepo mwanana. Mvua yake taratibu na mimea yake hupendeza macho ukiiona. Lakini kwa Boke na mwanawe paligeuka na kuwa kinyaa. Palikuwa mahali ambapo palighasi. Ndege walioimba mitini asubuhi walifyata ndimi zao. Kero la bunduki liliwatisha ndege hao wasiimbe tena kama ilivyo mazoea yao. Nyimbo za misimu ya tohara za wanawake na wanaume zilizotia mioyo na kuchochea furaha, sasa zilifidiwa na vilio vya uchungu vya wanawake wakinajisiwa na watu wakiomboleza vifo vya watoto wao.

32

Rama palikuwa kama zabibu chungu. Mashamba yaliyopendeza kwa wimbi, ngano, pamba, mahindi na miti mingi yaliudhi. Miti ilikatwa na hilo Jeshi la Vijana. Rama palipokuwa kama peponi, pakaonekana kama jahanamu na jangwa bovu; jangwa la kuteketeza maisha ya watu.

Rose, ambaye ni jirani mwingine wa Boke, na watoto wake sita walielekea kanisani. Walikaa kanisani kwa siku moja. Jeshi lilipotisha kuteketeza kanisa, waliamua kutoroka. Sasa Rose alienda sokoni kukodi chumba cha kukaa na wanawe. Alikaa bila biashara wala mhisani. Alitoka kila asubuhi kuhangaikia wanawe walioshinda wakicheza katika mchanga wa lile soko. Wana wakawa hawayajui matatizo ya mama yao. Siku moja Rose alitoka kwenda kumsaidia bwanyenye mmoja kuvuna mahindi ili apate naye kitu cha kulisha wanawe. Hivi ndivyo alivyohangaika. Kila kukicha alitoka kuwatafutia wanawe chakula. Baadhi ya nyakati alinunua samaki wawili, akawa anawauza ili kuongezea mfuko wa familia yake. Alipokuwa anashughulika kuchuuza samaki hapo madukani ndipo alipokutana na Bwana mmoja kwa jina Tegu. Tegu alikuja kumletea maneno.

"Nakutaka uwe mke wangu."

"Nina mume," Rose alimweleza.

"Sijamwona mume wako," Tegu alisema.

"Yuko. Alikwenda Mandra wakati wa mashambulizi lakini atarudi," Rose alisema.

Rose hakupenda mchezo wa wanaume. Boke, Rose na Selah walikuwa wanawake wa kujiheshimu lakini kila siku fisi alikuja na kila ujanja. Tegu hakukata tamaa. Alitafuta mbinu za kila namna. Leo akiletea watoto wa Rose nyama, kesho pesa, kesho kutwa nguo. Nati zilizofunga skrubu za moyo wa Rose zilifunguka. Rose alimkaribisha Tegu wakaanza kukaa. Walikaa hapo sokoni hadi walipoletewa salamu za kuhama. Rose akafunga mwanawe mdogo mgongoni. Wengine nao wakamfuata unyounyo. Akajirusha barabarani akitafuta usalama kwingine. Kwingine wapi? Hakukujua. Lakini alielekea kuko huko.

33

Rose alielekea mbele alikodhani kulikuwa na usalama. Hakujua ni wapi. Lakini hili katu halikumvunja moyo. Aliendelea baki bandua, kiguu na njia huku akimwomba Mola wake.

Sasa aliwazia kurudi kwao nyumbani katika jimbo la Bumbu alikohama kwa sababu ya mashambulizi ya kila mara ya kuiba mifugo. Makabila mawili hasimu yaliibiana mifugo kila kulipokucha. Rose alipokumbuka jinsi boma la baba yake lilivyoshambuliwa na wavamizi wa kuiba mifugo na kuishia kumuua baba yake hapo Lokitang, hakutamani kurudi huko. Wakati huo alikuwa mwanamwali mdogo baada ya kuvunja ungo. Mama yake mjane, Lochuke, alimhimiza aolewe ili yule mume amsitiri. Baadaye, yeye, Rose na Lwak wakahamia Rama. Waliishi maisha ya kufuga na kulima. Alifurahi baada ya kuyahama mashambulizi ya kuibiana mifugo kila kukicha. Lakini kama vile kuunga mkono methali "Ng'ombe wa mkata hazai jike," ule mkosi wa mashambulizi ukamfuata hapo Rama, akawa kila siku ni kukimbia na kuhama. Mume wake, Lwak, alipotoroka nyumbani tangu mashambulizi yaanze, hawajawahi kumtia machoni. Hajui ni mzima wala amekufa.

SURA YA NNE

🌢

Siku hii Meja-K aliamshwa na simu ya mhisani kutoka nchi jirani ya Mandra.

"Triiiiiii!Triiiiiii!" Simu ilipiga kwa inadi na mikogo.

Meja-K alikuwa amelala chali. Aliamka akatazama simu ambayo ilikuwa imenyamaza. Usiku uliotangulia alikuwa amechoka sana; akalala fofofo kwa ajili ya oparesheni waliyokwenda kufanya Siloko. Walipanda milima wakishuka. Simu ilipotulia akaendelea kulala hadi asubuhi. Aliamshwa na kelele za vijana walioamkia mazoezi ya kujenga misuli. Meja-K aliamka akaoga katika bafu iliyopambwa vizuri. Malkia alimtayarishia chai ya maziwa akanywa na kuanza kusoma magazeti ya siku hiyo. Walikuwa wameletewa magazeti mapema kuliko kawaida.

Meja-K alisoma siasa za ulimwengu. Baadaye alianza kusoma siasa za nchi. Alisoma habari za vyama vilivyoshindana kila kukicha. Mambo ya taifa hayakumpiga mshipa. Aliona kwanza ashughulike na matatizo ya vijana wa pale wilayani Rama. Aliona vijana waliozaliwa pale Rama wakishindwa katika pilikapilika zao za maisha. Walihangaikia kila kitengo cha maisha yao. Aliona maisha yao yakienda katika mkondo usio mzuri.

"Lazima niyabadilishe!" alisema huku amesimama na kukunja ngumi.

Malkia alifika kumsemesha lakini ni kama alikuwa anasema na mtu asiyeonekana. Mtu aliye mbali.

"Lazima, Lazima!" alijipiga kifuani kwa bunduki.

"Nitatumia silaha hii kuwarejeshea utajiri wao. Heshima yao. Uhuru wao. Nitawarudishia mashamba ya babu zao. Sitaki kuukaidi

35

mwito wa miungu wetu. Miungu wanaotutakia usawa na wema. Mwamba amelisisitiza sana hili. Hili la miungu wetu. Hili la asili yetu. Sisi Wasululu," alisema Meja-K.

"Alaa! Babu vipi?" Meja-K alisema akiangalia mbele zaidi.

"Shida yako ni nini mwanangu?" Babu aliuliza huku anajikongoja kwa ufito, mgongo wake umepinda na amejisitiri kwa blanketi kuukuu.

"Sina shida, babu," Meja-K aliangusha bunduki akapiga magoti mbele ya babu yake. Babu akasindilia ugoro katika mdomo wake.

"Hapana shida? Hizo kelele ninazosikia ni za nini?" Babu aliuliza, sasa akitazama nchi tambarare ambako aliona mizoga ya watu imezagaa na mashamba yaliyochomwa. Miti imekatwa, miti ya kuvuta mvua. Miti iliyokuwa asili ya uhai wa wakazi wa Rama. Miti ya dawa. Miti ambayo ni haramu kuikata. Miti iliyozunguka mahali pa sala. Sala za kuwasalia miungu wetu.

"Ni tatizo dogo la wavamizi," Meja-K alieleza kwa sauti ya kuhakikisha huku akijongea upande wa babu.

"Vipi nyie wavamizi? Mbona wanawake wameuawa? Mbona naona wanawake wananajisiwa ee? Mbona naona chakula kimechomwa? Eeh? Mbona naona watoto wanauawa?" Babu aliuliza.

"Mwanangu, mnayoyafanya hayafungamani na mila zetu. Mwanamke hauawi mashambulizini. Watoto hawauawi. Pia chakula hakichomwi!" Babu alisema, huku akimwelekezea Meja-K mkwaju aliokuwa nao na papo akijaribu kuinua mgongo wake uliopinda asiweze.

"Uko wapi Babu? Uko wapi nakuona kwa taabu? Tumekosa ushauri wako kwa muda mrefu, babu," Meja-K alisema. Babu alitoweka kwa ghadhabu.

Meja-K alisema kama aliyepandwa na pepo, akaingia chumbani akalala kidogo. Mustafa akaja baadaye kwa haraka.

"Mkubwa, Paredi iko tayari," Mustafa alimwarifu mkubwa wake.

"Haya," Meja-K alisema na kumfuata Mustafa unyounyo akielekea kwenye paredi kuiamrisha.

"Left Right!

Left Right!

Left Right!

Left Right!

Left Right!

Hip Hip!

Hip Hip!

Left Turn!"

"Saluting on the marching parade salute," Meja-K alielekeza kikundi cha Jeshi la Vijana katika uwanja wa Rama.

"About turn!"

"Quick match!"

"Salute on the match! Parade! Salute"

"Parade huut,"

"Parade? Haate, haate?"

"Parade, attention!"

"Parade, at ease!"

"Kila mtu akae chonjo, sitaki watu wa kulala. Hakuna wakati wa kulala. Kila mtu akae chonjo. Chonjo, chonjo kabisa! Haya mashambulizi dhidi ya adui hakuna kushindwa. Wewe nongwe mimi ninazungumza na wewe unaangalia upande ule? Kichwa kikubwa kama boga sijui. Peleka huyo nongwe bondeni!" Meja-K alimuamrisha Mustafa.

"Pole afande," askari aliomba msamaha huku akiwa amepiga magoti na kusujudu kama mtu afanyaye sala kwa Mungu wake.

"Rekebisha hiyo tabia yako haraka sana, *okay*?" Meja-K alipiga kelele na kutetemesha askari kama zilizala ifanyavyo.

"Sasa kumbukeni tunadai mashamba ya baba zetu, urithi wetu. Mashamba tumenyang'anywa na maadui zetu. Wamekuja katika eneo letu wakatuvamia. Wakaona sisi ni wajinga. Sisi hatujaendelea, wakajichukulia kila kitu, wamekaa katika eneo letu bila kutuheshimu. Lazima watakwenda, au vipi?"

"Watakwenda," askari wote walijibu.

"Lazima watakwenda," Meja-K alisema huku akiwa amekunja ngumi ya mkono wa kushoto.

"Watakwenda," wanajeshi walisema wakipiga chini mabuti yaliyowakimbiza mbayuwayu waliotua kwenye migunga iliyokuwa hapo uwanjani.

"Lini watakwenda?" Meja-K aliuliza.

"Sasa," wanajeshi walisema kwa dhati.

"Haya kazi ianze."

Meja-K alikaa hapo Rama na Malkia. Malkia alikuwa amemwandalia chai ya tangawizi na maamri siku hiyo baada ya gwaride. Malkia alikuwa maarufu kwa upishi. Ingawa alishikwa katika moja ya misako ya maadui, alikuwa mwanamke wa heshima. Meja-K alimpenda akamwoa kama mke wa saba. Meja-K aliona heri wakae naye hapo Rama. Wanawake wengine sita walikuwa nyumbani. Malkia alikuwa mcheshi. Mwanamke na sura zake. Alikuwa kadiri katika unene wake. Alipenda kumsimulia Meja-K hadithi. Kila mara Meja-K akiwa naye ungemwona akicheka anafurahi. Baada ya kumpa Meja-K chai alimwacha akaenda kuosha vyombo hapo nje ya nyumba.

Meja-K alikaa akinywa chai ya tangawizi iliyokuwa na ladha tamu. Alikumbuka ilibidi amwone askari Msina aliyekuwa mgonjwa aone anavyoendelea katika hema lake. Baada ya kumwona Msina alitaka kuwahoji mahabusu walioshikwa katika makabiliano. Alitaka kuona ikiwa atawaachilia au atawapeleka bondeni kujiunga na wengine waliokaidi amri wakanyang'anywa uhai na kukabidhiwa mauti. Tayari mahabusu walikatwa masikio yao ili kuwatia adabu lakini ilibidi bado awaone, aseme nao ili akate shauri kama wataachiliwa au pia nao wataenda bondeni. Bondeni kulikoitwa "Kinywa cha Mamba," na mahali kulikotupwa watu waliopigwa risasi na kuuawa. Wengine walitupwa kutoka juu mlimani. Wengine wakatupwa wakiwa hawajafa, wangali hai huku wakililia na kukamia uzima wao.

Katika hali ya mawazo, kumbukizi ilimjia Meja-K. Meja-K akakumbuka siku zake za ujana alipokulia pale Rama akitangamana na watu wa makabila tofauti tofauti. Kulikuweko maskini na matajiri. Kulikuweko watu kutoka Mashariki. Watu wa Mashariki wakaanza dharau. Wakaanza unyang'anyi. Hii ndiyo sababu iliyowafanya kuamua kuwa watakabiliana nao ili kumletea mwenyeji starehe na raha yake; kumkabidhi Msululu haki ya mashamba yake. Haki ya siasa yake. "Watakuwaje wabunge, nao si watu wetu? Itakuwaje ni madaktari na walimu, nao si watu wetu? Itakuwaje ni wahandisi nao si watu wetu? Itakuwaje yale mashamba yagawanywe baina ya watu wale, hali sisi ndio wenyeji?" Meja-K aliwaza. Mawazo yake yakambubujika mithili ya shairi guni.

Ndio walijivuna,
Ndio walihodhi mashamba makubwa!
Walilipia nini?
Si chochote. Vishilingi viwili tu!
Kwa nini mashamba hatukupewa sisi?
Eenh! Eenh! Kwa nini?
Walituonaje?
Walituona washenzi eeh?
Walituona wapuuzi.
Ati hatukusoma kama wao?
Kazi yetu kuwinda? Kulisha mifugo?
Ati watukalie?
Eenh! Eeenh?
Haitawezekana. Haitewezekana kamwe!
Tutapigana hadi mtu wa mwisho!

Tutapigana milele na wao.

Hata nani apinge, amani haitarudi!

Wewe Mungu wa baba zetu tusaidie.

Tusaidie tuwashinde tuwapige mwereka maadui hawa. Mungu,
Mungu, Mungu."

Alipotanabahi, Malkia alikuwa amemsimamia na kumshika begani na kumkwamua kwenye lepe la mawazo.

"Mpenzi, lazima upumzike," Malkia alisema bila kuonyesha furaha.

"Huu si wakati wa kupumzika," Meja-K alisema kama aliyepagawa. "Huu ni wakati wa kupigana, huu ni wakati wa kujitoa sadaka kwa watu wetu, kwa miungu yetu. Miungu wa mtu mweusi. Miungu wa Wasululu. Watu walionyanyaswa miaka na mikaka. Watu walioonekana washenzi. Watu wanaochukuliwa vyeo wasihusishwe, wasijaliwe. Watu wasiojulikana katika ramani ya nchi ya Tandika wala ya dunia.

"Mpenzi, huoni kuwa umekuwa mgonjwa wewe?" Malkia aliuliza kwa sauti yake nzito yenye kukwaruza; sauti inayoamsha penzi la Meja-K. Sauti yake ilikuwa kama ya ninga. Aliposimama hapo chumbani, vidu vilipasua mashavuni. Mwanya wa meno yake ukaonekana. Meno yake yalikuwa yamepangika kama safu ya msumeno. Malkia alijaribu kumtuliza Meja-K, naye Meja-K akakubali kwenda kulala kidogo. Meja-K alimsihi Malkia asifungulie redio, alitaka kusikia milio ya bunduki ikimfukuza adui na kurejesha ardhi yao, misitu yao, mifugo yao, mimea yao, raha yao na maisha yao.

🌶 🌶

Kwa siku nyingi habari za Mwita ziliadimika. Boke akazidi kuwa na wasiwasi. Huyo mwanawe na Mali ya Mungu ndio waliokuwa mihimili yake. Mali ya Mungu alipotelea Dunga. Alikuwa kibarua katika kampuni mojawapo. Hakuandika barua. Hakupiga simu. Ni kama aliwasahau watu wa nyumbani. Watoto hawa wawili walikaa katika moyo wake. Licha ya moto uliowaka Rama, Mali ya Mungu hukuleta salamu. Au hakutaka kujua lolote lililotendeka.

Mwita naye, tangu siku ya kwanza ya mashambulio, hajasikika na yeyote. Mama yake Boke aliona labda yuko hai au anaozea bondeni kama mamia ya wengine. Boke hakujua kama huyo naye ameshikwa mateka au vipi; aliendelea kumwombea tu. Alitaka Mungu azidi kumweka salama licha ya kimbunga kilichopiga eneo lile la Rama. Boke alitaka mwanawe awe yuko hai bado ili siku moja wapate kuonana. Mwita ndiye aliyefanana na mama yake shilingi kwa ya pili. Licha ya kuwa mwanamume, alichukua hata tabia ya mama ya udadisi, ucheshi, ushauri, huruma na hata ukakamavu. Alipopotea, Boke alihisi ni kama sehemu yake moja imekatwa ikawa haiko, labda mkono, labda jicho. Boke hakukamilika. Kila siku aliomba. Kila siku alitarajia. Siku zikawa wiki. Wiki zikawa miezi lakini hakutamauka.

SURA YA TANO

❧

Boke na majirani wachache walibaki Siloko. Selah, Milka na wengine kama Rose waligura. Walikimbia cheche za mashambulizi. Nifreda, mwanawe Milka hakutaka kusikia lolote la kukaa pale Siloko. "Hapa sikai katu!" alisema na kuondoka kuelekea Serega kwa shangazi yake. Boke alikula yamini akasema:

"Siendi popote katu! Nitakufa papa hapa. Hapa nilipomzika mzee wangu, maskini."

Aliishi licha ya kimbunga cha mashambulizi na machafuko. Kila asubuhi alipoamka kulikuwa na kadhia fulani ya watu waliotoka mlimani wakashambulia wenyeji. Ulikuwa wimbo wa kila siku. Waliuzoea. Hata waliposikia familia imeingiliwa ikachomewa nyumba, hakuna jambo lililowatisha.

Eddah aliamua kuufuata uamuzi wa mamake wa kukaa pale Siloko. Hakujisikia kama alitaka kwenda popote. Aliona kuwa mzigo wa mamake kama mjane ulikuwa mzito. Hii ndiyo sababu iliyomfanya kujishughulisha katika shughuli nyingi bila kuchoka na kuona kuwa zingewaletea lau fedha kichele. Mwishowe aliamua kujitosa katika upishi wa maandazi.

Eddah alikuwa mpishi hodari. Katika mambo aliyosomea shule ya sekondari ya *Rugulu Girls* ni sayansi ya nyumbani iliyowafundisha upishi bora, ufumaji na uangalizi wa nyumba. Ingawa hakupata nafasi ya kurudi shuleni baada ya kupata mtoto alikuwa bado imara. Alipika maandazi yaliyofanya wengi kulambatia mate. Alihitaji kujaza vibeseni vinane ili kutosheleza mahitaji ya wanunuzi wengi waliokuwa ni wafanyabiashara, wapita njia na hata wakimbizi. Mama yake alimpa heko kwa juhudi zake. Boke hakupenda mwanamke wa kukaa na kuipakata mikono huku akimsubiri mume wake ampe kila kitu. Lazima kila mwanamke achumie hilo kapu la nyumbani; kapu la maisha.

Jioni moja Eddah alipokuwa katika pilikapilika za kuandaa maandazi ndipo aliposikia mlango ukivunjwa kwa nje. Boke na Eddah walifunga pumzi. Walijua hawana mwokozi. Si serikali si jirani. Ni Maulana tu wa kuwaokoa. Boke kwa mara ya kwanza akakumbuka ushauri wa Selah wa kuondoka pale mahali. Akakumbuka vile alivyomkaidi na vile kundi la watu kumi na wawili lilivyojimwaya katika nyumba yao. Lilikuwa limejihami kwa bunduki na mishale. Liliomba pesa na hatimaye kuishia kumnajisi mtu na mwanawe.

Eddah aliyakumbuka tena mazungumzo baina ya mamake na Selah. Licha ya Selah kumrai wagure mamake alimkatalia.

"Siendi popote katu! Nitakufa papa hapa. Hapa nilipomzika mzee wangu, maskini." Eddah aliona ulikuwa msimamo mzuri wa ukakamavu lakini pia wa ujinga. Eddah alijuta kubaki nyuma na mamake. Lakini ni vipi angemwacha mamake akitapatapa peke yake pale Siloko? Eddah aliukumbuka mchana wa Siloko. Ulikuwa na hadaa nyingi. Watu walipita wakionyesha mapenzi makubwa. Askari walipita wakilinda usalama. Serikali ilikuwa thabiti, mchana. Lakini veli ya usiku ilipofunikwa hilo eneo la Siloko, kila mtu aliishika roho yake mkononi. Eddah aliamua kujikaza na kutazamia la kesho. Labda… Labda....Labda njia ya kutoka katika huo uzio wa mashambulizi itakuja. Eddah aliamini kama haingeletwa na binadamu bali Maulana angeileta. Hata kama si wakati huo bali huenda ingeletwa kesho au kesho kutwa yake.

Lakini hivi ndivyo ilivyokuwa. Walimnajisi Boke akabaki hali hoi. Hasemi hasogei. Ni kama aliyekufa. Maana ameonywa mara nyingi kuondoka, ameshambuliwa mara nyingi lakini hasikilizi. Mara hii Eddah alikatwa ndewe zake. Aliadhibiwa kwa kutoroka kambini. Wakamwonya Eddah vikali. Baada ya vitimbi vyao vya janaa, waliyala maandazi yote yaliyokuwa yamepikwa. Halafu wakaondoka huku wakicheka kwa mizaha mikali.

Boke alilala hapo sakafuni damu ikimtoka. Eddah alikwenda kushika mwili wa mamake akaona bado yu hai lakini anapumua kwa mbali.

Alijaribu kumsimamisha bila mafanikio yoyote. Eddah alilia hapo kila aliposikia sauti nje akaona ni kama wale wanajeshi wanarudi. Alikaa sebuleni na mwanawe mkononi, mama yake akiwa katika hali mahututi.

Alfajiri alikwenda kwa jirani kumsaidia mamake kukongoja hadi kwenye zahanati. Licha ya kuonywa vikali kutokwenda zahanati, alienda. Wauguzi wa zahanati wakamweleza ugonjwa wa mamake:

"Hali hii yataka hospitali kubwa," muuguzi alisema kwa woga.

"Kwa nini?" Eddah aliuliza kwa majonzi kumjaa moyoni.

"Mamako ana nasuri. Kitendo cha kihayawani alichotendewa ndicho kilichomsababishia hali hiyo," Nesi alimweleza huku wote, Eddah na Nesi, wakimtazama mama asiyesema lolote ni kama ameukataza mdomo wake usiseme kitu chochote asilani. Hapo ndipo Eddah alipomweleza Nesi pia hata yeye aliathirika na hivyo vitendo vya kinyama. Eddah alitibiwa na akashauriwa atafute namna ya kwenda katika kituo kikubwa cha afya.

Walirudi nyumbani. Walimbeba mama yao kwa baiskeli ya jirani mhisani. Walishuku alikuwa jasusi lakini ni kweli baniani mbaya kiatu chake dawa. Boke alirejeshwa nyumbani na Eddah akawa anamwosha na kumkanda kwa majani ya mwarubaini huku akimnywisha maji pia.

Moyo wa Eddah ukawa unasema kuwa mama yake akipata nafuu kidogo lazima watagura sehemu ile. Eddah alikuwa sasa amekubali kuwa sehemu ile ya Siloko ni hatari kwa usalama. Hata kama ni ahera lazima watagura.

"Kuna maana gani kukaa mahali pasipo na usalama?" Eddah alijiuliza.

Boke alikaa siku baada ya siku. Hali yake ikawa inaendelea kuzoroteka. Aliendelea kuvuja damu. Chumba alichokaa kiligeuka na kuwa chumba cha kutisha kwa ajili ya uvundo. Hata Eddah alijikaza licha ya hali yake ili kumwangalia mama yake. Ilikuwa hali ya mgonjwa kumwangalia mgonjwa mwenzake; kipofu kumwonyesha njia kipofu mwenzake.

Wakati redio ilipotangaza kuwa kumetumwa wanajeshi wa kitaifa kulinda amani, Boke alifurahi katika moyo wake. Mashambulizi yalimpa alama nyingi mwilini. Alama nyingine hazielezeki vizuri. Aliona hiyo hali ya hatari iliyotangazwa itawaletea nafuu. Mioyo iliyoshikia serikali chuki ilitazama mapambazuko ya maisha mapya; maisha ya heri. Hata watu waliokuwa katika sehemu tofauti tofauti walihiari kurudi nyumbani Rama.

Ni wakati huu ambapo jeshi la nchi kavu la serikali lilipokuwa likizunguka na kutuliza hali ndipo naye Mwita alipokuwa amefanikiwa kutoroka kutoka mikono ya Jeshi la Vijana. Mwita alikuwa na wenzake hamsini waliokuwa wametoroka mikononi mwa Jeshi la Vijana kutoka mlimani walikoishi kama mateka. Waliteremkia Mto Siloko. Licha ya kuwa huo mto ulikuwa umefurika, waliingia wakaogelea hadi upande wa pili. Rama ina wanyama wakali lakini walitembea kwa ufundi hadi eneo la Siloko madukani. Hapo madukani walipata kundi la wanajeshi wa kitaifa limesimama. "Ahsante Mungu," Mwita alisema kimoyomoyo nusura apige magoti akiinua mikono yake kama mhitaji aliyepata msaada tayari.

"Simameni!" sauti nzito na kali ilifyatuka kama risasi kutoka kinywani mwa askari mmoja.

Mwenye sauti hiyo alikuwa na bunduki ya aina ya *AK-47* mkononi na alikuwa amevaa sare rasmi ya Jeshi la Taifa.

"Simameni haraka au nitawapiga risasi. Hii ni sarakasi gani mnayofanya? Mnatoka wapi na mnaelekea wapi?"sauti ilidadisi.

Mwita na wenzake walitaka kukimbia lakini wakaamua wasimame walipobaini kungekuwa na balaa. Hawakujua kama kweli ni Jeshi la Taifa. Waliamua kunyamaza kimya.

"Haya ingieni katika lori lile," sauti ile ile iliwaelekeza kwenye kiingilio cha lori bila kuonyesha mzaha.

Mwita na wenzake walitoka katika mikono ya Jeshi la Vijana wakaingia katika mikono ya Jeshi la Taifa. Iliwachukua muda kujua watajieleza vipi.

"Sisi tulishikwa mateka na Jeshi la Vijana. Tumekaa msituni kwa miezi mitano sasa. Jana ndipo tulipopata nafasi ya kutoroka..." Mwita alieleza huku akiwa amesimama atensheni kuonyesha heshima kwa jeshi la nchi yake.

"Wacha uongo," Mwita aliambiwa na askari wa Jeshi la Taifa.

"Nyinyi ni sehemu ya hilo jeshi haramu," askari aliyeitwa Kausi alisema.

"Si kweli, afande," Mwita alijaribu kusema bila mafanikio yoyote.

"Ni nyinyi mtakaotueleza waliko majambazi na huyo Meja-K wenu."

Mwita na wenzake walipakiwa katika lori kubwa la jeshi wakapelekwa katika kituo cha polisi kungojea kufunguliwa mashtaka.

Msako ulipigwa Rama ukawa tena mtego wa kushika waliomo na wasiokuwemo. Mwita na wenzake walianza tena kuozea katika kambi ya pili. Wanajeshi hawa walikuja kumsaidia lakini akaishia kuwa mwathiriwa.

Habari hii ilimfikia mamake Mwita. Hakuwa na nguvu zozote lakini alimrai Eddah ampeleke aonane na hao askari wasemezane. Alienda akasema nao lakini sikio lililomsikia halikutaka kuelezwa jambo tofauti. Kinywa kilimbeza akarudi nyumbani akiwa ameudhika. Alishindwa kuona tofauti baina ya Jeshi la Taifa na Jeshi la Vijana.

Kama Jeshi la Vijana, hili Jeshi la Taifa lilipiga watu na kushika vijana bila uchunguzi mzuri. Baada ya kuondoka kwa Jeshi la Vijana, kulikuwa na kibarua kigumu kwa Jeshi la Taifa. Boke na wenzake walilala wakiwa na woga. Walitembea na wakalala kwa woga hata baada ya Jeshi la Taifa kutia guu lake pale Rama.

SURA YA SITA

❧

Nifreda alisimama kutoka kitini. Alikuwa amegubikwa na mawazo chungu nzima. Alijaribu kuelewa maana ya hadithi aliyokuwa akiisoma iliyohusu mama aliyemtupa mwanawe mchanga barabarani kisha baadaye akataka kumrudia baada ya mhisani kumpata, kumlea na kumwelimisha.

"Vipi?" Nifreda alijiuliza.

"Kwani watu fulani hawana haya?" Nifreda alijiuliza tena.

Nifreda akiwa bado katika dukuduku lile alitupia macho picha ya baba yake iliyokuwa pale sebuleni.

Baba yake alipopigwa picha ile alikuwa bado kijana mdogo. Alitabasamu. Kwa kweli Nifreda alikubali baba yake alikuwa jamali wa sura. Maulana alimtunukia sura nzuri na moyo mzuri. Hakujua kuchukia au kuteta. Kumbukizi ya siku ile waliyovamiwa na Jeshi la Vijana ilimjia tena Nifreda. Nifreda alijaribu kujizuia kufikiri hata kwa kutaka kuimba wimbo ambao haukutoka. Paap! Ilirudi. Aliona siku hiyo iliyomkumbusha mambo mengi. Alikumbuka vile baba yake alivyokuwa na takrima kwa kila mtu na akajiuliza maswali mengi yaliyokosa majibu. Nifreda akakumbuka makuruhu hayo yote. Hapo akaitazama picha ya baba yake na machozi yakamtiririka, huku akiyafikiria tena kwa undani hayo makuruhu waliyotendewa.

Akaona jinsi jeshi lilivyofika. Lilifika kwa wingi kama siafu washambulizi. Nyuso zao zilijaa hasira. Mioyo yao nayo ilikuwa na ghamidha ya kung'oa gugu nalo gugu hilo lilikuwa Chifu Ngata. Ngata alikuwa nyumbani siku hiyo na mkewe, Milka na wanawe.

Alipomwona huyo Meja-K na Mambo akajua kulikuwa na matata. Meja-K aliyekiongoza kikosi cha vijana alikuwa amemtishia

47

chifu aliyepinga oparesheni yao ya kutafuta usawa na haki Rama. Chifu Ngata alipoona kuwa mambo yamemkulia, akapiga simu kwa polisi kwa kutumia namba 999. Alitaka kuwaarifu polisi angalau waje kumsaidia katika hali ile ya kutatanisha.

"Usithubutu kufanya jambo lolote la kijinga!" Nchikavu alimweleza Ngata huku akimrukia kama swara arukiwavyo na simba na kumpiga chuma alichokuwa nacho mkononi na kumfanya mkono kufa ganzi.

"Kaa chini," Nchikavu alimshauri Chifu Ngata aliyeonyesha kutaka kukabiliana na lile Jeshi la Vijana.

Wapi! Haikuwezekana.

Walimwamuru Ngata apige magoti chini. Walimdunga visu mwili mzima huku familia yake ikishuhudia. Chifu Ngata alilia kwa uchungu mkali huku akiwaomba msamaha vijana aliowalea lakini hawakumsikiliza. Waliishia kumkata ulimi kinywani na kisha baadaye kumwua kama paa wa mwituni. Mke wake, ambaye hadi leo ameshikwa na kilio kisichokwisha, aliyashuhudia yote kwa jicho lake.

Baada ya hilo Jeshi la Vijana kumdunga visu liliwafanyia mabinti zake vitendo vya janaa. Mji wa Ngata ulijaa simanzi. Hakuna jirani hata mmoja aliyethubutu kufungua kinywa chake kupiga mayowe ya kumwokoa Chifu Ngata na familia yake. Yote haya Boke aliyasikia. Alitoka juu ya kitanda akaingia mvunguni katika hali ya kujiparakachua ili kujaribu kujikinga na hilo jinamizi la uvamizi. Baadaye Jeshi la Vijana liliagiza lipewe pesa kisha likaondoka polepole bila haraka yoyote. Halikujali serikali. Halikujali chochote.

Tangu hao wanajeshi wa Jeshi la Vijana walipotia guu lao hapo kwa Ngata ni kama maisha yalisimama. Mbwa wakali waliofugwa hapo nyumbani hawangethubutu kubweka. Hapana mtu ambaye angethubutu kupiga ukemi. Kila kitu chenye uhai kilijiinamia. Milio ya risasi na buti za wanajeshi ndio iliyosikika. Punda aliyezoea kulia hiyo saa tisa, hakuweza kulia kwa kuzidiwa na uzito wa tukio hilo. Jogoo hawakuwika; kuku waliofugwa hapo kizimbani pamoja na bata mzinga waliwafuata wageni kwa kilomita moja bila ya kufanya ukelele wowote. Ilikuwa rabsha isiyokuwa na mwombezi. Kifo kilipanua kinywa chake tayari kumeza mtu. Kwani kilimeza wangapi? Kwa nje ni mvua ya radi iliyothubutu kushuka chini kwa kelele. Upepo mkali ulivuma kwa nje kana kwamba uligombana na hali ile. Nyumba ya Ngata iliyumbishwa kwa hilo wimbi la upepo na kulalamika "kwikokokoo!" Nyumba hii ilisitiri mengi yaliyoendelea ndani. Ilisitiri haramu yote ambayo Ngata na familia yake ilifanyiwa. Lau nyumba ingekuwa na kinywa ingesema iliyoona na kuyashuhudia. Ilikuwa sinema ya kiroja. Ilitia soni isiyokwisha kwenye uso na familia ya Ngata pamoja na kujaza majonzi ya miaka nenda miaka rudi.

Kijiji kizima kilishtuka. Watu walitaka kusema wakashindwa kupata mambo ya kusema. Waliangaliana kama mazuzu. Jeshi liliwaeleza jamii ya Ngata waziwazi: "Atakayeripoti tukio hili asitulaumu kwa masaibu yatakayomkumba baadaye."

Onyo hili liliwatisha wenyeji si haba. Hata Boke ambaye siku zote alikuwa shujaa aliushona mdomo wake asiseme kitu. Watu waliamua kujinyamazia wasije kujitia kitanzi cha lile Jeshi la Vijana lililoogopewa na kila mtu, si polisi si raia.

Chifu Ngata alizikwa baada ya siku mbili. Mazishi yake yalikuwa kama ya mtoto mchanga. Ni watu wachache waliojisabilia nyoyo zao na kuhudhuria mazishi hayo. Watu waliogopa kusema lolote baada ya kuonywa vikali na Jeshi la Vijana. Hata mahubiri yaliyotolewa siku hiyo yalikuwa mafupi. Padri aliwaonya wanadamu na kuwatahadharisha na matukio ya siku za mwisho.

Tokea siku aliyouawa Chifu Ngata ni kama kibiriti cha mauaji na ubakaji kiliwashwa tena Rama. Watu waliuawa na jinamizi la ubakaji likaendelezwa. Kila jamii iliyopoteza mtu ilifanya shughuli kumzika mtu wao bila kutaka kutafuta usaidizi wa serikali au kujaribu kueleza sababu ya vifo hivyo. Waliobakwa nao wakazibwa vinywa vyao. Mauaji na ubakaji vikawa visa vya kawaida. Ikawa hata ubakaji ukitokea haikuwa muhimu kuzungumzia. Watu waliojaribu kupigana na wimbi hili walijeruhiwa kiasi kwamba hapana aliyetaka kujaribu tena.

Nifreda alishtuliwa kutoka bumbuazi hilo na sauti ya mamake.

"Nifreda?" mamake alimwita.

"Yooo!" Nifreda aliitika akijaribu kupigana na kivuli cha babake.

Watoto wa Chifu Ngata hawajasahau jinsi baba yao alivyolia kama mtoto alipoadhibiwa na Jeshi la Vijana. Wanawe walimtazama bila kufahamu wangemsaidia vipi. Hata nao hawajausahau ule wakati waliponajisiwa mbele ya mama yao, Milka, huku hata mama yao akinajisiwa. Nifreda alikuwa anasoma katika Chuo Kikuu cha Tandika. Alikuwa mwanafunzi wa mwaka wa tano akisomea somo la tiba. Alikuwa mwanafunzi hodari shuleni na chuoni. Alijifunza ujanja na ghiliba za wanaume ili ahifadhi heshima yake ya kike. Lakini alinajisiwa na genge la watu aliowajua na watu ambao alitarajia wangemwonea huruma. Mwanzoni alitaka kujitoa uhai kwa ajili ya hiyo fedheha aliyopata. Hakuona maana ya kuishi. Hakuona maana hata ya kukaa hilo eneo la Rama tena. Mwanzoni alipapenda, sasa alipachukia kabisa.

Asili ya Ngata ni sehemu ya Raka. Alizaliwa katika familia ya watoto kumi na wawili; wote walikuwa wavulana. Alipoona siku zote wanazozania mashamba na kusingiziana maovu, akahamia Rama, akanunua shamba la ekari kumi. Shamba lake lilipakana na lile shamba maarufu la Bosi. Shamba la Bosi ndilo lililokuwa shamba kubwa kuliko yote. Mwenyewe hakujulikana vizuri. Uvumi ulidai kwamba alikuwa mtu maarufu katika serikali na pia alikuwa ni mtu mwenye asili na fasili. Baba yake alikuwa bwanyenye mtajika na ndipo alipopata kujimegea kisehemu hicho cha ardhi. Hicho kishamba mlimofugwa twiga, simba, chui, duma, sungura, kongoni, kima, nyani na wanyama wengineo ni karibu na hili shamba la Ngata. Ngata alianza ukulima wa mahindi, viazi na mihogo. Ardhi ya shamba hilo lake ilikuwa na rutuba ya kupigiwa mfano. Baadaye watu wa kabila la Sululu walimjia na kumshajiisha aingie katika utawala kama naibu wa chifu na baadaye chifu kamili. Aliingia katika chombo cha utawala. Chombo kikaanza safari iliyofurahisha watu hadi siku mkono wa mauti ulipoikata hiyo safari.

Nifreda bintiye Ngata aliamua asisome tena maana hata angetaka kusoma mkono uliolipa hiyo karo ulikuwa umekatwa sasa. Angemudu vipi gharama ya malazi na karo? Ilibidi akae nyumbani kusubiri heri ya kesho. Nifreda alikaa nyumbani akikumbuka ya nyuma hadi kukawa hakukaliki tena. Walipokuwa bado wanaomboleza kifo cha baba yao na jamaa, ndimi za mashambulizi ziliwaka hata zaidi. Washambulizi walirudi tena wakachoma stoo, mifugo, shamba la ngano na nyumba kubwa. Ilikuwa ni kwa neema za Maulana kuwa walisalimika nao wakapata kutoroka kama panya. Wakakimbilia porini ili kunusuru roho zao. Nifreda anakumbuka kuwa hawakubeba chochote. Hizo nguo za mwilini ndizo walizotoka nazo.

Hao vijana waliosoma nao na kucheza nao ndio hao hao waliogeuka na kuwa jeshi kubwa la kuwavamia na kuwachomea nyumba.

Katika kundi lile, Nifreda alimwona Jumaa Mambo. Jumaa na Nifreda walibatizwa pamoja katika kanisa moja la *Mikindani Pentecostal Church*. Walisoma darasa moja hadi darasa la nane. Waliazimana vifaa kama raba na penseli wakati wakisoma. Nifreda aliwasamehe watu waliomfurusha na kumtesa ila Jumaa! Hakuelewa ni kwa vipi angemsamehe.

"Ilitokeaje mpaka Jumaa akafanya hivyo?" Nifreda alijiuliza akiwa amejificha nyuma ya jiwe msituni angalau kupata joto katika msitu uliokuwa na upepo mwingi uliokuwa ukiyumbisha vilele vya mikalatusi katika nyanda za juu. Nifreda aliona nyumba zikiteketea na kugeuka na kuwa majivu. Alimgeukia Maulana ili kumwomba dua amsaidie katika lile janga lililotanua kinywa na kutaka kummeza.

Nifreda alipokuwa huko msituni alikumbuka hotuba ya rais wa nchi yao ya Tandika. Rais alidai, "Nchi yetu ni kisiwa cha Amani." Lakini kwa nini macho ya serikali yalishindwa kuyaona matatizo haya? Kwa nini janga hili lilikuweko jana? Kwa nini liko leo? Na kwa nini litakuweko kesho? Mbona kuna watawala? Wanalipwa. Wanatunzwa ila tu ni baba aliyelipia kwa maisha yake kwa kupinga hamkani? Ama ni kwa sababu ya kabila lake?" Nifreda alijiuliza mkururo wa maswali. Hayajawahi kujibika naye hakujibiwa. Hakuna wa kuyajibu. Watu walishughulika na maisha ambayo sasa waliyashika mkononi. Katika hali ile saa ilichukua muda mrefu kuliko kawaida yake. Nifreda aliogopa Jeshi la Vijana. Aliogopa wanyama. Aliogopa serikali. Aliogopa maisha. Nifreda hakuona hata maana ya kusoma. Alitamauka!

Upepo wa mashambulizi ulipovuma jina moja lilitajwa. Jina la kweli la mwanasiasa huyo aliyelaumiwa na nafsi za wakimbizi ni Tanga, lakini alijulikana sana kwa jina la lakabu, Mwamba. Alizaliwa pale Lumbasa miaka hamsini iliyopita. Familia yake ilikuwa ya watu wachochole. Ingawa alisoma hadi darasa la kumi na mbili, alikuwa maarufu kwa uzungumzaji wa Kiingereza. Baadhi ya wafuasi wake walimnasibisha na Tom Kisale aliyekuwa mtetezi wa haki za wafanyakazi nchini Tandika. Kwa siku kadhaa Mwamba alipambana na Ngozi ambaye minong'ono ilisema si mzaliwa kamili wa Lumbasa. Miezi ilipopita Ngozi akawa na wafuasi wake na Mwamba akawa na wake. Kikosi cha Mwamba kilikuwa cha vijana walioendesha baiskeli pale Rama na kuzurura bila kazi maalum wakinywa pombe haramu. Wafuasi wake wengine walikuwa vijana waliofeli mambo ya shule wakawa wanashughulika na mambo yao kama walivyosema wenyewe.

Mkutano wa kwanza uliitishwa saa nne za usiku ili kupanga mikakati ya mashambulizi. Mwamba naye hakujua kutii wakati. Alichelewa. Vijana waliomwagika pale walipewa vinywaji wakaanza kuburudika. Chochote alichotaka mtu alipewa. Hata kama kilikuwa ghali alipewa. Aliyetaka pombe ya aina fulani, alipewa. Mwamba alikuwa ametangaza mkutano wa maendeleo kwa vijana. Hapana kijana ambaye angethubutu kukosa huo mkutano. Hauchi hauchi hucha. Hatimaye Mwamba alifika. Mtu mdogo lakini shujaa. Alipokuwa akitembea ungeona nguvu zake. Hakushughulika na jambo ambalo lilikuwa si lake. Alitahiriwa katika kundi lililokuwa maarufu zaidi la Ngoloi. Alifuatwa na wapambe karibu hamsini. Ulikuwa mlolongo wa magari matano ya kumsindikiza.

Mwamba aliingia ukumbini. Vijana walijaa mpaka wenyewe wakakosa nafasi ya kusimama. Walishangilia kwa mayowe.

"Woyee! Woyee! Mwamba! *Rock! King maker! King maker!*"

Jengo la Lumbasa lilivuma kwa kelele nyingi usiku huo. Hatimaye vijana walipoa, mazungumzo yakaanza kupamba moto na mkoko ukaalika maua.

Kwanza alizungumza Bwana Mkwara na baadaye ndipo mheshimiwa Mwamba alipoalikwa kusema. Mwamba akisema huwa ameushika upanga wa Kisomali mkononi.

"Ndugu zetu oyee!" Mwamba alisema huku akiwa ameuinua upanga wake.

"Woyee!" umati ulipiga yowe.

"Jamii ya Sululu juu," Mwamba alisema.

"Sululu juu!" vinywa vya umati vilisema kwa dhati.

"Tumejumuika hapa kuzungumzia masuala ya maendeleo. Mimi ningependa mgombea kiti cha ubunge cha eneo bunge letu awe Msululu. Jamii ya Sululu ndiyo inayostahili kugombea kiti hiki sio Kaisuku au haya makabila mengine. Wageni washughulike na biashara sio utawala wa eneo la Rama. Ili kufanikisha wito huu tutabuni Jeshi letu la Vijana kuhakikisha kuwa siasa tunaidhibiti sisi wenyeji. Ni kweli si kweli!"

"Ni kweli!" vilisema vinywa vya umati kwa ghamidha.

"Pia tungependa kuhakikisha tumepata sehemu yetu ya halali ya mashamba. Jeshi litahakikisha kuwa watu wasio wenyeji na waliopata mashamba yetu kiharamu wameng'olewa. Au mnataka wakae nasi tukitaabika?" Mwamba aliuliza.

"Hapaana!" vijana walisema.

"Kama hamtaki watu hawa, muwe tayari. Amani haiji ila kwa nini?"

"Ncha ya upangaa!" vijana waliokuwa wamelewa walipiga kelele wakijibu.

"Naona nyinyi ni watu werevu. Nyinyi ni wanaume. Tumechoka

kuona vijana wetu wakitumiwa kama watumwa katika mashamba yao. Lazima wenyewe tushike hatamu za uongozi katika eneo letu la Rama na jamii ya Sululu lazima iwe madarakani. Mkishindwa ni shauri ya nani?"

"Yetuuuu!" vijana walisema huku wakipiga mbinja zilizo-changanyika na vilio.

Mkutano ulivunjwa saa saba za usiku baada ya mashauriano na mikakati mingi kupangwa. Zogo lililokuwa hapo lilikuwa halielezeki. Watu waliimba. Wengine walipiga mbinja kwa mchakamchaka. Gurudumu la ukombozi lilikuwa limeanza kuteremka. Gurudumu lililokuwa hapo Lumbasa lilitiwa grisi na mheshimiwa Mwamba. Vijana waliozunguka barabarani bila kazi waliamini sasa watafaidika. Wale vijana waliokwenda Dunga, Tendoni na Serega wakakosa kazi huko sasa walirudi nyumbani wakajiunga na Jeshi la Vijana. Jeshi la Vijana liliendelea kufura kila kukicha. Baadhi ya shughuli zake zilizotambulika zilitisha watu. Hapana mtu aliyeambiwa achangie maendeleo ya Jeshi la Vijana na akathubutu kukaidi. Baadhi ya watu waliokaidi hawajasahau mambo yaliyowatendekea maana yalikuwa mambo yaliyowatia tumbo joto.

Mchana jeshi lilikuwa msituni likipewa mafunzo. Usiku lilizunguka likifanya mashambulizi ya watu waliompinga Mwamba na watu waliodhaniwa si wenyeji na ambao kwamba walionekana kufaidi katika sehemu ya Rama. Mwalimu Katuku alikuwa ameuza mahindi yake. Siri hiyo ilipotibuka ndipo alipoambiwa atoe shilingi mia moja elfu lakini alikaidi na kusema:

"Hao watoto hawanitishi. Sitatoa hata senti moja."

Walimjia usiku huo. Wakawatendea familia yake vitendo vya kikatili. Yeye mwenyewe hawakumtendea lolote. Hata hawakumchukulia chochote. Katuku alishikwa na wazimu kwa ajili ya hivyo visa vya janaa. Alienda shuleni akaandika barua ya kuacha kazi. Alipotea nyumbani hapana aliyejua aliko hadi sasa. Familia na nduguze wamepiga ripoti katika kila kituo cha polisi lakini hawajapata majibu. Mwalimu Katuku alipoonekana mara ya mwisho alikuwa akijisemesha huku akirusha mikono kama punguani. Miguu yake ilikuwa imelegea kwa kuzidiwa na uzani wa kiwiliwili chake. Maneno aliyoyasema ilikuwa vigumu kuyaelewa lakini ni kama alisikika akisema, "Maisha, *life*, maisha, *life*, bure kabisa."

Aliyataja maneno hayo mawili asichoke. Ni kama ambaye alikuwa akidodosa maana ya maisha asipate. Mke wake alishikwa na ububu. Hata mtu alipomsemesha hakujibu. Hakuona maana ya kusema na yeyote au kusema jambo lolote.

Hiyo picha ya maisha ya nyuma ilimpitikia Nifreda akilini. Alimwangalia mama yake kama ambaye hakumwona. Naye mamake akachukua nukta moja kumtazama na kumtathmini. Wote sasa walijaribu kuyakarabati maisha yao yaliyovurugwa na mashambulizi ya Rama. Hakuna aliyejua kama watafua dafu lakini walihiari kujaribu na kuirai mioyo yao isikate tamaa.

SURA YA SABA

◗

Mali ya Mungu aliingia matatu mjini Raka wanguwangu. Mvua ilikuwa inanyonyota na kuwafanya watu kutawanyika na kuelekea sehemu mbalimbali kujibari. Mali ya Mungu alishikilia hicho kizigo chake katika mkono wa kushoto. Alipata matatu kama imejaa tayari. Lakini makanga wake alikuwa bado anaagiza abiria zaidi waingie ndani. Tayari kulikuwa na watu kumi waliosimama kule ndani bila viti vya kukalia. Mali ya Mungu alijipenyeza katika sehemu moja ya gari hilo ambalo lilijaa vumbi na ambalo lilipiga muziki kwa sauti ya juu ajabu. Alijaribu kuangalia wateja wengine lakini hawakuonyesha wasiwasi wowote kama aliokuwa nao. Walikaa. Walistarehe. Wengine walizungumza wakicheka. Gari hili lilinuka shombo ya samaki. Mali ya Mungu aligundua kulikuwa na mama mwingine aliyekuwa na pakacha la samaki wabichi. Alikuwa akienda nao Rama kuwauza. Hiyo shombo ya samaki ilikuwa haivumiliki kwa jinsi ilivyotanda na kusambaa humo garini. Pamoja na hiyo shombo ya samaki pia kulikuwa na mnuko wa kutuzi hasa la wanaume waliokuwa wakitoka kazini hiyo Jumamosi. Wakati huo walikuwa wakielekea nyumbani baada ya wiki moja ya kufanya kazi hapo mjini Raka. Mara dereva alitia gari ufunguo likatingisika kwa mshtuko mkubwa kisha likaondoka. Bodi yake ya juu ni kama haikushikana vizuri na sehemu ya chini ya chesi. Bodi hiyo ilikuwa inachezacheza na kuyumba upandeupande. Mali ya Mungu alitazama gari lile bila kuamini. Ni kama kilikuwa kilori kidogo kikatiwa bodi ya gari la matatu.

Alishuka mwanamume fulani wa umri wa makamo katika steji moja, naye Mali ya Mungu akapata nafasi ya kukaa. Alifurahi alipopata hiyo nafasi ya kukaa japo ulikuwa ubao mdogo uliotiwa baina ya viti viwili ukiitwa sambaza. Licha ya ugumu wa ubao huo na kwamba nyuma yake hakukuwa na kiegemezi ila miguu ya mwanamke fulani ambayo ndiyo iliyouhimili mgongo wake.

"Rama, Rama, Rama!" kondakta wa gari lile alinadi watu kwenye steji moja iliyoitwa Duka Moja. Hakuna mtu aliyeteremka kutoka ndani ya gari. Kondakta aligonga mabati ya gari likachomoka kama kifaru. Sasa mvua ilikuwa imepusa. Nje kulionekana shwari. Mali ya Mungu angeona baadhi ya mashamba yaliyotayarishwa kwa upanzi huo mwezi wa Februari. Baadhi ya mashamba yalikuwa hayakulimwa. Mali ya Mungu aliyaona kupitia dirisha la matatu lisilofungwa kwa kupoteza kioo chake cha upande wa kushoto. Gari lilibembea kwenye barabara ya mchanga na yenye mashimo makubwa ajabu. Mali ya Mungu hakuwahi kuona polisi hata mmoja barabarani. Alianza kuingiwa na wasiwasi.

Mara alikumbuka kisa cha mama yake. Kisa hiki kilimtoa kazini Dunga bila kutaka kuomba ruhusa kutoka kwa yeyote kazini. Alichukia alipokumbuka kisa hiki. Kilimtia ghamidha ya kutaka kumpiga mtu au kumwua mtu. Nafsi yake nyingine ikamweleza kuwa hiyo ni haramu. Alikasirika alipojaribu kuelewa kadhia ya mamake mzazi. Alijaribu kuelewa na kuivuta picha hiyo nayo ilikataa kumtii. Aliibembeleza. "Ng'o! Siji mara hii. Potelea mbali," alijiambia. Alitia makini yake kwenye safari ya kuelekea Rama na hatimaye nyumbani kijijini, Siloko.

Alipoamka kutoka mawazoni alitanabahi abiria wale hawakusema chochote. Kila mmoja alikuwa ameuvaa uso wa wasiwasi na mahangaiko. Hata gari lilikwenda tu. Kondakta aliyekuwa mwenye fujo alipoa moto. Katika hali hiyo gari lilisimama ghafla msituni. Hapana aliyeshuka lakini Mali ya Mungu alipoangalia nje aliona kundi la watu. Lilikuwa kundi kubwa. Wote walikuwa wanaume. Walikuwa na silaha butu kama vile panga, vigongo, mikuki na mishale. Wawili ndio waliokuwa na bunduki za *AK-47*. Nyuso zao zilionekana nyuso ambazo hazikutarajia mchezo wa aina yoyote kutoka kwa mtu yeyote.

"Ni Jeshi la Vijana," kinywa kimoja kilinong'oneza nyuma ya Mali ya Mungu.

Mali ya Mungu alishtuka. Moyo ukaanza kupiga kwa kasi. Hakujua sekunde itakayofuatia atakuwa hai au atakufa. Alitupa macho yake nje tena. Ilikuwa saa kumi na mbili hivi. Usiku ulikuwa unaingia kwa mbali. Mali ya Mungu alimwona kondakta akiwapa watu wale jani la shilingi elfu moja. Aliwapa bila kero. Bila wasiwasi. Bila kunung'unika.

"Hizi. Eeh zinatosha?" mmoja wao aliyekuwa na bunduki aliyejulikana kama Mustafa aliuliza.

"Nitakaporudi, kaka," kondakta aliyeitwa Rai alisema.

"Basi waambie hao abiria waharakishe kuzitoa hizo rununu zao," yule Mustafa alisema macho yake yakionekana kama ya kuro.

Watu waliokuwa na simu za mkononi walizitoa Mustafa akapewa. Gari liliondoka chuu! Ilikuwa ni kama risasi iliyorushwa kutoka kwenye bastola. Hakuna mtu aliyethubutu kuzungumzia kisa hicho humo garini. Usingejua aliyekuwa ndani ya hilo gari. Wote walifunga vinywa na kukaa kama mabubu. Macho ya watu ndiyo yaliyosema maneno yasiyosikika lakini yaliyotoka kwa kelele ya ajabu. Katika pembe moja ya gari kijana mmoja aliyekuwa akitoka Serega kuelekea nyumbani Rama alikuwa ametoa simu tamba ya bei ghali aina ya *Samsung*. Alionekana akilia. Hakuna aliyejali kilio chake. Abiria waliokuwa mle hawakushughulika na kile kilio. Ni kama wao walikuwa wameshalia wakachoka. Ni kama ilikuwa zamu ya huyu kijana wa Serega kuoshwa na kupigwa kwa hii fimbo.

Usiku uliingia. Watu mle garini hawakuweza kuonana vizuri. Lakini kondakta alikuwa na tochi ya kumulika mtu alipotaka kuteremka. Kimya kingi mno kilizidi kutamalaki mle garini. Mali ya Mungu alipofika steji yake akaomba kuteremka.

"Nishukishe steji hiyo ya Mamboleo," alipiga kelele na kushtua watu waliokuwa wakiwaza bila kusema. Watu walikuwa na mengi ya kusema lakini walionekana kama abiria walioshonwa midomo yao wasiseme kitu asilani.

Mali ya Mungu alishuka kituoni Mamboleo hapo Rama. Ilikuwa siku ya soko lakini hakupata kuona ule umati aliouzoea siku za nyuma alipokuwa kijana mdogo. Ni watu wachache walioonekana. Mtu mmoja aliswaga punda wake kumwelekeza nyumbani baada ya siku ya kazi nyingi. Mtu mwingine alikuwa mwuza samaki ambaye alikaa pale hadi saa nne za usiku.

Mara hii saa moja alikuwa anatoka kwa haraka. Madukani kulikuwa hamna mabawabu. Palikuwa hapana mtu ambaye angethubutu kufanya kazi ya ubawabu katika msimu ule. Maduka yaliachwa bila mlinzi ikiwa kungekuwa na kisa si yangeingiliwa basi! Lakini watu wangefanyaje?

Mali ya Mungu alimwita bwana mmoja aliyeitwa Kasuku aliyefanya biashara ya bodaboda. Kasuku alikuja na baiskeli yake.

"Pikipiki i wapi?" Mali ya Mungu alimuuliza Kasuku huku akicheka. Siku nyingi hajaonana na Kasuku baada ya kuhamia Dunga.

Kasuku alicheka akikanyaga pedali za baiskeli kwa nguvu kidogo huku akihema kwa nguvu kama mtu aliyebeba kitu kizito.

"Kwa nini?" Mali ya Mungu alimuuliza.

"Walichukua," Kasuku alisema.

"Nani?" Mali ya Mungu alidadisi akijaribu kuweka vizuri kizigo chake kilichojaa kama robota.

"Umekuja huku, utakuja kuambiwa, kaka," Kasuku alisema akionyesha hakutaka kujadili mada hiyo.

Kasuku aliendesha baiskeli kwa muda. Walipofika kilima kilichoitwa *Siloko Hill*, Kasuku alishindwa kupanda. Wakashuka.

"Zamani ulikuwa unapanda hapa Rukwa," Mali ya Mungu alisema.

"Siku hizi siwezi, kaka," Kasuku alisema akisukuma baiskeli yake ambayo aliifunga tochi ya kawaida ili kuweza kumulika barabara.

Hatimaye Mali ya Mungu alifika nyumbani kwao. Ule mji wao uliokuwa na nyumba mbili ulinyamaza kimya. Nyumba yake ilikuwa ya nyasi. Nyingine ilikuwa nyumba kubwa ya mamake. Alielekea kwenye upande wa nyumba ya mama yake. Hapo nje aliona kaburi la mwendazake baba yake mzazi. Alisikia watu wakizungumza katika hiyo nyumba kubwa. Baadaye kulinyamazwa. Alibisha bila kuitikiwa.

Alikuwa ameambiwa mama yake ni mgonjwa taabani. Hatembei. Eddah, binti yake ndiye aliyemsaidia. Mali ya Mungu alibisha tena ule mlango wa mama yake ulioundwa kwa bati gumu.

"Fungueni," Mali ya Mungu alisema kwa sauti kubwa kuwachochea wamfungulie mlango. Alisimama hapo huku kimya kimetawala ndani ya nyumba. Kiredio kilichokuwa kikirusha matangazo pia kilizimwa. Sasa ilikuwa vigumu kuwabishia.

Alifikiria aende kwa rafiki yake, Rashid akalale kisha arudi asubuhi. Lakini alianza hata naye kuogopa kutembea mle kijijini Siloko usiku. Alikwishaambiwa kila aliyetembea usiku ule alikuwa anachezea maisha yake.

"Ni nani?" hatimaye sauti fulani iliyosharabu woga ilisikika kutoka ndani ya nyumba.

"Ni mimi, *James*," Mali ya Mungu alisema akiipaaza sauti yake kiasi cha haja.

Mara dada yake akamfungulia mlango.

"Pole, *James*," Eddah alimweleza ndugu yake.

"Si neno," Mali ya Mungu alisema akimpa kizigo chake.

"Ni nani?" sauti ya Bi. Boke iliuliza ikifanya wasiwasi.

"Ni Mali ya Mungu," Eddah alimweleza mama aliyekuwa katika chumba cha kulala.

"*James*. Mali ya Mungu," Eddah akasema.

Mama Boke alikuwa na uzito katika masikio yake tangu alipovamiwa nyumbani. Haoni vizuri. Hasikii vizuri. Ukitaka kumweleza jambo mpaka upaze sauti sana.

"Mali ya Mungu unatembea usiku?" Eddah alimuuliza baadaye.

"Tulichelewa Raka kwa ajili ya magari," Mali ya Mungu alisema.

"Huku mtu hatembei usiku, kaka. Huu ni ulimwengu wa majuju. Kila mtu ana roho yake mkononi," Eddah alisema huku akionyesha wasiwasi.

"Pole, niliona hata mlikuwa mmeogopa kufungua mlango," Mali ya Mungu alisema.

Mali ya Mungu alimwangalia dada yake kwa huruma kwa jinsi alivyoonekana na wasiwasi. Alimwangalia akaona amebadilika si haba. Hakujua ni kwa nini. Lakini alijua baadaye. Hakuwa na masikio. Yalikatwa. Mali ya Mungu alitaka kumuuliza akaona atatonesha kidonda cha dadake cha wakati.

"Mama?" Mali ya Mungu alimuuliza Eddah.

"Yuko ndani na udhaifu huo wake. Ahi...!" Eddah alitaka kueleza jambo japo kidogo akapwelewa na sauti. Macho yalionyesha wasiwasi na machozi yakaanza kulengalenga. Mara michirizi miwili ya machozi ilimwagika chini kupitia mashavuni. Eddah alikuwa mwanamke mrefu, mweusi wa kadiri. Alikuwa na urembo wa kuvutia. Licha ya kujifungua nyumbani alikuwa habadiliki. Alikuwa ni mcheshi kweli na alikuwa na meno meupe yaliyopangwa vizuri. Sasa alipoteza urembo wake kwa kukosa masikio.

Kumbe masikio yake ndiyo yaliyochangia urembo wake pakubwa! Sasa alionekana kama mama wa zamani; ajuza. Uso wake ambao daima uliwaka akicheka sasa ulionyesha ubovu usio wa kawaida. Mali ya Mungu alishtuka. Aliingia katika chumba cha mama yake. King'irimoto kiliwaka kwa uchovu pale karibu na kitanda. Mama alijilaza kwenye kitanda cha springi ambacho sasa kimezeeka na kila alipopinduka kililalamika kwa usumbufu wake wa kila mara. Mali ya Mungu alimtazama mama yake. Mama alifanya juhudi kukaa kitandani ili kumpokea mwanawe, lakini hakuweza.

"*James*! *James*!" Mama Boke aliita kwa nguvu zake zote.

"Ndiyo, mama," Mali ya Mungu aliitika huku machozi yakimwagika usoni.

Ule ujumbe Mali ya Mungu alioletewa na rafiki yake Yoko ulimjia akilini tena.

Alijaribu kupiga picha jinsi kundi la watu kumi lilivyomvamia mama yake likamdhulumu mbele ya Eddah. Hiyo siku Mali ya

Mungu alipoelezwa mambo hayo alilia kwa uchungu mkali na kwa sauti kubwa. Wakati huu machozi yalimtoka huku akiwa ameushika mkono wa mama yake uliokuwa na donda kubwa lilitokana na makabiliano yake na Jeshi la Vijana .

"Vipi mwanangu?" Boke alimuuliza Mali ya Mungu.

"Salama mama. Pole kwa mikasa," Mali ya Mungu alisema.

"Tumepoa mwanangu. Mungu ndiye mkubwa. Habari za safari?" Boke aliuliza.

"Nzuri," Mali ya Mungu alisema.

Baada ya kusema na mamake kwa muda wa dakika ishirini hivi, Mali ya Mungu alirudi sebuleni alikokuwa Eddah. Eddah alikuwa ameketi kitini bila nguvu za kusema lolote. Mali ya Mungu alimwangalia dada yake tena. Eddah alikuwa na mwanawe mdogo; Wanja. Haikujulikana baba yake Wanja ni nani. Eddah hakutaka sana kuzungumzia mambo ya Wanja maana yalimpiga msumari kwenye donda la moyo.

Eddah hatimaye alimpa nduguye ndizi na mihogo iliyobakia.

"Habari za safari?" Eddah alianza kumuuliza Mali ya Mungu huku akimtilia bilauri ya maji ya kunywa.

"Salama, gari la *Modern Pwani Express* lilikuja haraka sana kutoka jijini Dunga hadi Raka. Kijana mdogo wa Kihindi alikuwa akiendesha," Mali ya Mungu alisema.

Mali ya Mungu alikaa akila huku dada yake akimpasha makuruhu ya Rama, japo kwa sauti ya chini asije akawafanya washambulizi waje bila wenyewe kutaka kuja. Mali ya Mungu alikumbuka jinsi mambo yalivyokuwa; jinsi alivyoacha shule kwa hiari alipokuwa akisoma hapo *Rama Boys*. Mwalimu Mkuu alipofuatilia kisa na maana hakupata jibu la kuridhisha.

"Mimi ni mtu mzima," Mali ya Mungu alisema kwa kiburi cha ujana.

"Kwa hivyo?" sauti ya Mwalimu Mkuu iliyotamauka iliuliza.

"Nitakwenda Dunga kutafuta kazi," Mali ya Mungu alisema kwa msisitizo uliombabaisha mama yake. Mama alijua kuwa kama Mali ya Mungu angeacha shule, baba mzazi angemtia huyo mama lawama zote. Lakini yakimwagika hayazoleki. Alimwacha mwanawe alipoona angeweza kumletea matata.

Mali ya Mungu alikata kamba ya elimu akachupia jijini Dunga kutafuta kazi. Moyo wake ulijaa matumaini tele. Siku alipofika Dunga na akaona utajiri wake wa majumba, magari na vitu lukuki alifurahi ghaya.

Aliona baada ya siku kadhaa naye angekuwa na jumba lake akikodisha watu na kuvuna pesa. Hata alijilaumu kwa nini hakutoka shuleni mapema akaja kutafuta mali yake kwani angekuwa ameshanunua gari lake, angetamba na kujishaua nalo jijini akipanda na kushuka. Mali ya Mungu hakuelewa kwa nini baba yake mzazi wakati mwingine alikuwa mhitaji wa namna ile. Dunga ndicho kilikuwa kitovu na chemchemi ya kila kitu. Ilikuwa mboji ya ufanifu. Watu walionekana nadhifu. Kulikuwepo na watu wa aina zote; Waafrika kwa Wazungu, Wahindi kwa Waarabu, wanawake kwa wanaume.

Mali ya Mungu alipotia guu lake mjini Dunga, mji wa Dunga ulikuwa kama peponi kwake. Aliona kama tayari yu peponi. Alikwenda kukaa na Ndori. Ndori alikuwa kijana wa kwao Rama ambaye pia aliasi masomo. Alifanya kazi katika kiwanda cha karatasi. Kazi hii ilimweka. Alikula, alilala na pia alivaa. Mali ya Mungu aliyatamani maisha yake. Alikaa mtaa wa Simba. Nyumba yake ilikuwa ya ghorofa. Aliipamba kwa fanicha nzuri. Sofa yake ililaza ukiikalia. Ilikuwa ya rangi ya urujuani. Meza yake ilikuwa ya glasi na stuli zake hali kadhalika. Alikuwa na redio kubwa iliyocheza santuri na kutema muziki kwa makeke. Hiyo nyumba ilikuwa ina vyumba vitatu vya kulala. Ilikuwa na chumba cha kulala kilichopambwa vizuri kwa godoro la kisasa, mito na foronya zake. Foronya zilizoshonewa picha za koho.

Chumba alichopewa Mali ya Mungu kilikuwa na kitanda cha mbao. Hakikuwa na sehemu ya kabati kama chumba cha Ndori.

Kilitundikwa misumari ambayo Mali ya Mungu aliangika nguo zake. Hapo chini ukutani kulikuwa na boksi la kutilia soksi na nguo zake nyingine chafu kungojea kufuliwa na kibarua aliyeitwa Ngesu aliyekuja kufua kila Jumamosi.

Ndori alikuwa mcheshi na mwingi wa takrima. Alimwangalia Mali ya Mungu vizuri. Ndori alikuwa mtu mwema kweli. Alikuwa na bidii kazini. Alitoka alfajiri na kurudi jioni isipokuwa kama alikuwa na kazi ya ziada ndipo alipoingia usiku. Ndori alipokuwa bado katika shule ya msingi ya Siloko alipendana na Mali ya Mungu. Walitembea pamoja lakini Ndori alipofika darasa la nane aliruka katika bahari ya maisha. Akamwacha Mali ya Mungu akiendelea. Walipokuwa hapo Siloko kulikuwa na uvumi kuwa Mali ya Mungu alizaliwa na baba yake Ndori. Maneno haya yalianza kama siri. Baadaye yaligeuka na kuwa siri ya hadharani. Kila mtu alijua. Hata Kanja alijua. Ndori, kwa hivyo, alimwona Mali ya Mungu kama ndugu yake mdogo.

Kila asubuhi Ndori alipotoka alimwachia rafiki yake pesa za matumizi.

"Nunua hiki. Pika kile. Fanya vile," Ndori alimweleza Mali ya Mungu akitoka ndani ya nyumba.

Mali ya Mungu alishinda ndani ya nyumba akisikiliza ngoma. Mali ya Mungu alikuwa mraibu wa ngoma za Kikongo. Wakati mwingine alitoka kidogo kwenda kuzuru mji wa Dunga ili kuona majumba ya staha yaliyojengwa kwa ufundi wa kipekee.

"Baada ya miezi sita, Ndori alimtafutia ndugu yake kibarua katika kampuni mojawapo ya kuuza magari.

Mali ya Mungu alifurahi. Alikuwa ameanza kuwa na wasiwasi kuwa mzigo kwa mwenzake hali alitoka nyumbani kuja kutafuta kazi; kutafuta mali. Mali ya Mungu alishauriwa na mwajiri wake kufika kazini Jumatatu moja. Alionekana kama mwanajeshi kwa jinsi nguvu zilivyodhihirika kwa misuli iliyomtutumka na kukanyaga chini kwa usodai. Kazini walimpenda. Alikuwa mwepesi wa kutumwa. Alisikiliza akielezwa jambo. Pale kazini walimpenda kwa jinsi alivyokuwa mdamisi na mtu asiyependa matata.

"Mwenzangu ninataka kukushukuru," Mali ya Mungu alimweleza Ndori jioni moja.

"Kwa nini?" Ndori aliuliza huku akiwa amelala kochini baada ya kazi nyingi za kuchosha za mchana kutwa.

"Nimepewa nyumba kazini," Mali ya Mungu alisema.

"Eeeh! Wamekupa?" Ndori alimuuliza Mali ya Mungu kwa udamisi.

"Eeh. Wamenipa ninashukuru kwa fadhila, kaka," Mali ya Mungu alisema.

Mali ya Mungu alihamia mtaa wa *Westlands* alikopewa kijumba cha kazini cha kukaa. Akaenda kuanza maisha.

Mali ya Mungu alimshukuru Ndori kwa wema na takrima. Sasa alichungulia mbele katika maisha yake ya baadaye. Mali ya Mungu alitaka kufanya bidii maishani ili apate vilevile kumsaidia mama yake na baba yake katika shughuli zao za kulima na zingine. Aliajiriwa kiasi cha shilingi elfu kumi na tano. Mali ya Mungu aliposikia mwanzoni zilisikika kama pesa nyingi lakini baadaye akagundua si nyingi vile. Aliweza kula na kulala. Pesa kidogo zilizobaki akaenda kununua nguo katika soko la Lofani; nguo kuukuu. Mali ya Mungu alianza kuona ugumu wa maisha. Pesa alizoona ni nyingi ziliisha baada ya siku tano au hata nne.

Kila mara zilipoisha akawa anaona kama mtu amemwibia kumbe amezitumia. Kazi aliyokuwa amependa ya kuuza magari ikaanza kumpa wasiwasi.

Hakuna jambo lililomhuzunisha alipokuja kufahamu kuwa hata asingeweza kuwasaidia wazee wake kama alivyodhani. Nyumba za Dunga alizoona siku moja atakuja kuwa mmoja katika wamiliki wake zilianza kuwa mbali naye. Ile bashasha yake aliyojulikana kwayo ikaanza kumtoka. Mwili wake uliokuwa mnene na wenye nguvu nyingi ukaanza kulegea. Hapo ndipo aliposhukuru ile takrima ya Ndori hata zaidi. Mali ya Mungu alipata kujua maisha kumbe ni kama nanga. Alipata kuelewa sasa kwa nini mama yake alisumbuka.

Alielewa kwa nini baba mzazi alisumbuka lakini hakutosheleza haja zote za familia. Mali ya Mungu alianza kujuta kitendo cha kutoroka shuleni. Labda elimu ingempa nafasi kama ile waliyokuwa nayo baadhi ya waajiri wa kampuni ya *Rainbow Motors* ambao walifurahi mwezi mzima. Walivaa mavazi ya bei. Walikula vyakula vya bei. Mali ya Mungu alimhusudu sana Rajiv Zoni. Zoni alikuwa kijana wa Kihindi aliyesomea uhandisi wa magari. Licha ya kuuza magari, ndiye aliyechunguza ubora wa magari yale. Zoni alikuwa na gari lake mwenyewe. Mambo yalimnyookea. Alikuwa na simu za bei ghali na marafiki tele walikuwa wakimtafuta wasichoke. Wasichana waligombana kwa sababu yake kisa na maana ni uwezo wake wa mali. Kila wakati Mali ya Mungu alikumbuka wale vijana malofa waliokaa Mikindani na Rama.

Kila wakati kichwa cha Mali ya Mungu kilipigana na maswali ya dunia.

"Kwa nini sina? Kwa nini wale wengine wanacho?"

"Ulikimbia shule," nafsi fulani ilimjibu siku moja.

Siku zilizidi kwenda mbele. Mambo yalizidi kuwa magumu hata zaidi.

Mali ya Mungu alipokuwa anawazia jinsi ya kujikwamua katika hiyo hali yake, mkuu wa kampuni ya *Rainbow Motors* alimwambia atoke katika nyumba ya kampuni ili apewe pesa za kukodi nyumba yake. Kampuni ya *Rainbow Motors* ilikuwa inapata ushindani mkubwa kutoka kwenye makampuni ya Uchina na Japan. Faida yake ikawa inashuka kila kukicha. Hata wafanyakazi wengine wakawa wamesimamishwa kazi kampuni ilipojisikia haiwezi kuwahimili. Jambo hili lilimtia wasiwasi Mali ya Mungu. Alipomshauri Ndori, Ndori alimshauri aende katika mtaa wa Konzi akodishe chumba. Mali ya Mungu alipanga safari akaingia Konzi kusaka nyumba. Nyumba alizoziona zilimtia wasiwasi hasa zile nyumba ambazo angezimudu yeye. Alitumia kutwa nzima kutafuta nyumba asipate. Haidhuru. Akaamua kuishi na mfanyakazi mwenzake kwa kuchangizana. Mali ya Mungu alijua kuwa kulikuwa na Tandika mbili. Kulikuwa na

Tandika ya mdogo na ile ya mkubwa. Alikuwa anataka kukubali hali yake lakini nafsi nyingine ikawa yamweleza asikubali kushindwa.

"Pigana usichoke. Mwanamume ni kupigana," nafsi ilimweleza.

Alipokuwa katika hali hii alianza kuchukia yale majengo marefu ya Dunga. Aliwachukia wenye uwezo wa mali. Alianza kujiona katika kapu moja na wale malofa wa kwao Rama. Malofa ambao baadaye waligeuka na kuwa Jeshi la Vijana.

Mali ya Mungu alipokuwa katika hali hii ndipo aliposikia kuwa Ndori amesafiri kwenda nyumbani kwani baba yake aliuawa katika mashambulio ya Jeshi la Vijana. Habari hizi zilimghadhabisha Mali ya Mungu hasa alipokumbuka minong'ono ya watu kuhusu uhusiano wa kidamu kati yake na baba yake Ndori.

Ndori alijaribu kuelewa mambo aliyokuwa ameanza kuyasikia kuhusu vijana wa huko kwao nyumbani. Alikumbuka kweli kulikuwa na makundi ya vijana waliokosa karo ya kuwasomesha. Vijana waliolewa kila uchao na ambao mtu yeyote mwenye ubaya angewatumia kwa visa vya ugaidi.

Jioni moja ndipo aliposikia kuwa baba yake pia alikuwa ameuawa katika mashambulizi hayo. Alipotaka kwenda akawa anatafuta lau siku moja kukiwa salama aende kufanya matanga ya baba yake. Kifo cha baba yake Mali ya Mungu kilifanya kidonda katika moyo wake. Licha ya minong'ono ya mzazi wake kamili, Mali ya Mungu alipopata habari hizo hakulala. Alilia usiku kucha. Mwenzake Mdeshi alimpoza bila ya ufanisi. Baada ya siku kadhaa alijaribu kujisahaulisha asiyafikirie sana hayo madhila ya familia yake. Moyo wake ukawa unaanza kujenga matumaini. Akamwombea baba yake safari njema. Lakini ni kama kwamba, baada ya dhiki hiyo mambo hayakuishia hapo, mambo yalikuwa kama msumari wa moto juu ya kidonda sugu. Baadaye kidogo akasikia visa vya kunajisiwa kwa mamake na vijana wa pale mtaani Siloko kama Mambo. Bila kuomba idhini kazini, alipanga safari ya kurudi nyumbani.

Siku hiyo Mali ya Mungu aliamua kurudi nyumbani, akakaa kwenye ubao wa steji akingojea basi la *Modern Pwani Express*. Hapo

67

akiwa amefumba macho ramani ya nchi yake ya Tandika ilimjia. Kwa mbali ramani hii haikuonekana dhahiri. Lakini baada ya muda aliiona ramani ya nchi yake. Neno HADAA lilikuwa limeandikwa kwa wino mwekundu. Licha ya ramani alikumbuka wimbo wa taifa lake. Ulisisitiza uzalendo, umoja, mwingiliano na kuvumiliana.

Alikumbuka walivyoimba wimbo huu akiwa katika shule ya msingi. Maneno yake yalikuwa matamu kama asali. Mwalimu wake aliyependa kuuongoza uimbaji huu alikuwa na sauti nyororo kama kinanda. Leo lakini wimbo huo ulikuwa kama kelele za mitungi. Moyo wake uliudhika kuusikia. Mara tena moyo wake ukajiuliza.

Wako wapi waangalizi wa taifa?

Wako wapi waumini wanaodai kumjua Mungu?

Wako wapi viongozi wanaolipwa mishahara minono?

Eeeh? Wako wapi?

Mko wapi nyinyi mtafutao amani?

Mali ya Mungu alizinduka kutoka katika hilo bumbuazi, akadandia ndani ya basi lililokuwa tayari linaendelea kujaza wateja ambao walionyesha kuwa na hamu kubwa ya kusafiri.

Mali ya Mungu aliposafiri siku hiyo kwa basi la *Modern Pwani Express* alikumbuka Konzi. Alichukua muda kuyazoea hayo maisha ya Konzi. Yalikuwa tofauti na yale maisha ya *Westlands*. Hapo *Westlands* kampuni ya *Rainbow Motors* ilimpa kijumba cha mbao. Lakini kilikuwa safi na stima pamoja na maji. Kulikuwa na choo kizuri kilichoundiwa Ujerumani. Chumba chake kilikuwa na godoro na kitanda ambacho kilikuwa mali ya kampuni hiyo. Humo ndani mlikuwa na redio kubwa ya aina ya *Sharp* ambayo ilionekana kuzeeka lakini ambayo ilikuwa nzuri bado kwa matumizi. Kulikuwepo pia na sufuria nne, sahani kadhaa na vikombe sita vya bati. Kwa kweli ilikuwa nyumba iliyokamilika. Nje yake pia kulikuwa na mahali pa kupikia kwa ama stovu, jiko la makaa au hata kuni ukipenda. Hiyo sehemu ya kupikia ilikuwa sambamba na sehemu ya mfereji. Sehemu hii ya kufulia ilijengwa vizuri kwa matofali yenye kuonyesha urembo wa kipekee na hapo juu kulikuwa na bilula nne za kutemea maji. Kwa kiasi Mali ya Mungu aliyafurahia maisha hapo akitafuta maisha makubwa aliyoyaona katika jiji la Dunga.

Hapo Konzi palikuwa na tofauti kubwa na *Westlands*. Rafiki yake aliyemkubalia wakae naye alifanya kazi hapo *Rainbow Motors* pia. Aliishi maisha ya tabu kweli ingawa alipata mshahara mkubwa hata kumshinda Mali ya Mungu. Maskani yake yalitisha, yalikera na yaliudhi. Nyumba yenyewe ilikuwa ya chumba kimoja. Chumba hiki kilijengwa kwa mabati, juu na chini. Mchana kilishika joto kama tanuri. Usiku nao kilizizima kama barafu. Usiku kucha wakazi wake walizizima kwa baridi. Si ajabu Mdeshi alikuwa na homa isiyokwisha. Kazini watu walikuwa hawaishi kumfanyia utani.

"Hii homa yako mbona haiishi?" Patel alikuwa akimuuliza Mdeshi siku zote.

"Sijui, labda si homa ni baridi," Mdeshi alisema.

Hakuna aliyemwamini Mdeshi pale kazini. Lakini Mali ya Mungu sasa alimuamini maana yeye alisumbuliwa na homa hiyo hiyo. Nyumba yao hiyo ilijengwa karibu na mto katika sehemu iliyoitwa *Free Area* kulikotupwa takataka. Malori yaliyoshiba uchafu wa viwandani yalikuja kuutupa uchafu hapo karibu na nyumba ya akina Mali ya Mungu. Betri, vigae vya chupa, masalio ya vifaa vya kuunda kanda mbili, mipira, ngozi, na uchafu mwingine. Vyote vililetwa hapo kuwa jirani na kijumba cha akina Mali ya Mungu. Ukiwa ndani ya nyumba kuliko na upande wa dirisha ungeweza kuona aina tofauti za ndege: kunguru, tai, korongo na mwewe wakipigania masalia ya vyakula vilivyotupwa kutoka viwandani Dunga. Pia wanyama kama vile buku, kimburu, paka, kivukanjia, kitafe na wengine wengi walionekana hapo. Nyumba yenyewe ilikuwa na kitanda kimoja alichokilalia Mdeshi. Hapakuwa na nafasi ya kitanda kingine. Mali ya Mungu alikokonoa mitungi ya maji ndipo naye akapata nafasi ya kutandika kigodoro kilichochoka kwa ajili ya miaka yake.

Hapo karibu na mlango ndipo baridi ilipoingilia katika fremu za kilango cha bati kilicholia, "kiikiikii" kila upepo ulipovuma nje. Licha ya mitungi minne ya maji, kulikuwa na stovu iliyozeeka ikapoteza hata rangi yake ya asili, jiko la makaa, na sahani za bati nne, kijumba hicho kilikuwa na vikombe sita vya bati, sahani mbili za plastiki, stuli mbili za kukaa na stuli moja iliyotumika kama meza. Wageni wengi walipowatembelea walikaa kitandani. Siku zote walikaa wakiomba kusinyeshe mvua. Mvua iliponyesha maji yalipenya ndani ya nyumba hiyo na chini kulilowa chepechepe. Kila baada ya siku chache mwenye nyumba hizo ambazo zilikuwa takriban mia sita, aliongeza kodi yake ya mwezi. Lakini licha ya uduni na adha za nyumba hizo watu walizipigania. Mwenye nyumba hizo ilisemekana alikuwa mbunge ambaye alikuwa pia na nyumba za aina hiyo katika mtaa wa Kabare, Mlelea, na Usatu.

Wakala wake ndio walioonekana tu. Walikuwa ni wakala wajeuri, kama ungekosana nao, wangekurusha nje ya nyumba wakati wowote bila ya kukuonea huruma. Licha ya Mali ya Mungu kustaajabishwa na hali hiyo, chakula chao kikawa bado cha shida. Gharama ya maisha ilipanda zaidi kwa Mdeshi kwani alitegemewa na watu wa nyumbani.

Mali ya Mungu alilemewa na kuvunjwa moyo na Dunga. Jina lake lilikuwa tamu kwa ulimi lakini uhalisia wake ulikuwa na uchachu na ugwadu uliokirihisha na kumtamausha. Mawazo ya Mali ya Mungu yalirudi tena Rama. Aliwazia tena wale vijana waliotembea katika miji kama Mikindani, Lumbasa, wakiwa wamevaa nguo zilizoraruka, wakivuta sigara na bangi. Wengine waliingilia pombe haramu ikawaharibu kupindukia. Vijana wengine walishinda wakisombea watu mizigo, kama magunia ya mboga, magunia ya viazi, magunia ya karoti na biringanya. Wengine walichoma makaa na kuyauza katika masoko na miji ile ya Rama. Vijana wengine kama vile Sang, walizurura na kulimia watu mashamba. Mikutano ya kisiasa ilipokuja ni wao waliotumiwa kufanya fujo hiyo yote.

Walikuwa hazina kubwa ya wanasiasa. Mwanasiasa alipokuwa akitaka vijana wa kuvuruga mkutano, walikuwepo tayari kunadiwa kwa pesa kidogo na ulevi kidogo. Maisha yao yaliwakera wao wenyewe, yakawakera hata wazazi wao na hatimaye kuukera umma kwa jumla.

Isitoshe, hiyo miji ilikuwa na vijana kadhaa sasa. Wameongezeka na wamejaa kama mchanga. Mchana mzima wanacheza karata. Wengine wakizunguka wakiibia watu wasiotahadhari nao. Masoko yale yakawa kuyatembelea ni shida; mpaka uwe umejinadhiri sana ili wasije wakakupiga mwereka na kukuchukulia kitu chako. Walifanya hivyo ili nao wapate kula na kuvaa.

Moyo wa Mali ya Mungu ukawa siku zote unawazia kurudi nyumbani Rama. Hakuona tofauti kubwa ya kukaa Dunga na Rama. Kazi nzuri zilitaka elimu na wakati mwingine kujuana. Watu wa Rama waliokuwa katika nafasi kubwa serikalini hakuwajua kamwe. Jambo hili lilimkasirisha sana. Siku zote akamwazia mama yake Boke na baba yake Kanja kimoyomoyo. Akawashukuru kwa malezi yake.

Huu ndio wakati ambapo Mali ya Mungu aliukumbuka ushauri wa mama yake.

"Mwanangu ungesoma angalau," Mama alijaribu kumrai mwanawe akubali kubakia shuleni ili ayaboreshe maisha yake ya baadaye.

"Mama mimi sitaki kusoma," Mali ya Mungu akasema mara hii kwa hasira huku akiwa tayari kumkabili mama yake kwa lolote lile.

"Kwa nini?" Boke aliuliza akimrai kwa matao ya chini.

"Sijui," Mali ya Mungu alisema. Kila jambo aliloulizwa akawa anasema "Sijui."

Mali ya Mungu alifanya kazi hapo *Rainbow Motors* lakini roho yake na imani yake vikawa vimerudi Rama.

Mali ya Mungu alimwazia Situma ambaye walisoma naye pale Rama. Alikuwa anakaa Burumbu. Alipokuwa bado anaishi na Ndori walikutana kila mara akija kumwona Ndori. Alikuwa na gari la *Prado* na simu tamba kubwa. Kila mara alivaa nguo za bei na saa za bei. Mkururo wa wasichana ulimfuata usikome. Uso wake aliuchujua kwa zebaki. Waliposoma naye pale Rama alikuwa mweusi kama kaa la moto. Leo alikuwa mwekundu kama pilipili hoho iliyoiva. Akawa anafunga suruali yake kwa mtindo wa kileo; ilionekana kama itadondoka.

Hilo gari lake mahali pa namba za usajili, ameandika jina lake kwa kibandiko, SITUMA. Mali ya Mungu aliyatamani maisha yale. Licha ya kusoma elimu kidogo alikuwa amefaulu si haba. Alipenda mikahawa ya kifahari kama *Trattoria, Norfolk, Hilton* na *Inter-continental Hotel*. Huko ndiko alikorusha roho. Mambo ya Rama akawa hayajui kwa vizuri wala kuyajali. Hadithi zake zilikuwa za nchi za Uarabuni, Marekani na Ulaya. Ni baadaye tu Mali ya Mungu alipokuja kusikia kumbe Situma alikuwa gawadi na mcheza kamari jijini Dunga. Mambo ya ugawadi ndiyo yaliyompa hiyo mali yote aliyokuwa nayo. Mali ya Mungu alikataa kuamini mpaka alipoona pini katika sikio lake la kushoto. Hapo ndipo alipomchunguza zaidi na kuona kuwa Situma alifanya bidii ya kucheka kama mzungu na kujirembuarembua. Siku zote alitembea na marashi. Kila baada ya dakika chache alijirashia marashi. Mali ya Mungu hakuamini mtu angejiingiza katika utumwa wa aina hiyo. Utumwa uliomfedhesha na utumwa uliokinzana na utamaduni wake. Lakini Situma alipenda kusema, "Mkono ukulishao ubusu, kaka."

"Kweli?" Mali ya Mungu alimuuliza alipojua sasa yeye ni gawadi, na kuwa alishiriki maisha ya ufuska na hata baadhi ya kucha zake za mikono na miguu alizipaka rangi ili ajirembeshe zaidi kwa magawadi wenzake.

"Ni kweli," Situma alimjibu bila kujali huku akicheka na akiangalia simu tamba yake iliyomgharimu shilingi mia moja elfu.

"Rasilimali yako ndiyo inayoweza kukusaidia," Situma aliongeza kama kumrai Mali ya Mungu aliyekuwa na sura laini aingie katika biashara ile ya ugawadi.

Mali ya Mungu aliapa katu hangeingia katika shughuli za magawadi kwa kuonyesha juu kidole cha shahada.

"Hata kama ni kufa acha nife," Mali ya Mungu alisema kwa wingi wa kicheko na machozi kumtoka. Hii ndiyo sababu iliyomfanya kuendelea kuhangaika na kikazi chake hicho cha *Rainbow Motors*.

Usiku mmoja Mali ya Mungu aliota amerudi Rama. Aliona huo mlima wa kwao Rama ulioleta watalii si haba kuja kuuona. Ulipambika vizuri kwa mawe yaliyokuwa na picha za aina aina. Kuuzunguka mlima huo ni msitu wa kupendeza macho. Karibu na mlima huo kulikuwa na mbuga ya kitaifa ya *Rama National Reserve*. Mbuga hii ilikuwa na wanyama wa kupendeza. Kulikuwepo na digidigi, duma, dondoro, fisi mdogo, fisi maji na fisi miraba mwenyewe. Pia funo, kicheche, kima, nyani, mindi, mhanga, ndimba na wengine pamoja na kundi kubwa la choroa. Wote walikaa katika msitu uliohifadhi mlima Rama.

Ndoto hii ikaendelea kumjengea shauku ya kurudi nyumbani. Baadhi ya marafiki zake kama Situma waliuza mihadarati. Walikuwa katika mitandao mikubwa ya kiulimwengu. Waliuza dawa kama vile kokeini na hashishi ambazo ziliwaletea pesa kubwa. Pesa nyingi walizozipata zikawatia wehu. Wakafanya la kufanya wakaacha la kuacha. Maisha yale yakawatoa utu na ubinadamu, azma yao kubwa ikawa kupiga raha Dunga. Raha nayo ikawa vileo na mapenzi ya kiholelaholela.

Yoko alitoroka mashambulizi ya tatu ya mashamba huko Rama. Aliingia Dunga. Hakupata usaidizi wowote. Hakupata kazi popote. Alizunguka kila mtaa wa *Parklands* akifanya kazi za vibarua. Alianza kwa Patel akaenda kwa Kimji. Baadaye kwa Dave na hatimaye kwa Bachu. Alipigwa mwereka na kimbunga cha Dunga. Jiji lililosheheni urembo lakini ambalo kulikaa ilikuwa shida. Lataka watu wa moyo. Watu wa nguvu.

Asingeweza kurudi nyumbani. Aliingia katika mtandao wa dawa akawa leo yuko *Paris,* kesho Dunga na kesho kutwa *New York*. Alizunguka hivyo kusambaza dawa na kuchukua ripoti na mara nyingine kuhonga askari. Alipanda kila ndege. Alilala hoteli za starehe. Nyumbani hapo Siloko walimhusudu kwa vile ambavyo alimjengea mamake nyumba ya ghorofa.

Mali ya Mungu alikumbuka siku ya kwanza walipokutana mwanzo na Yoko.

"Kaka vipi?" alisema Yoko ambaye ni msemaji utadhani yeye ni chiriku.

"Salama, kaka," alijibu Mali ya Mungu. Hiyo Jumapili Mali ya Mungu alitokea kumtembelea rafiki yake waliyefanya naye kazi hapo *Rainbow Motors.*

"Uko Dunga?" Yoko aliuliza huku akiyakata mazungumzo kuisikiliza simu moja katika zile simu mbili zilizokuwa zikilia.

"Okay. Okay. I will fix. Okay Now. Do war," Yoko kilimtoka Kiingereza cha kihuni.

"Niko Dunga," Mali ya Mungu alimweleza Yoko walipoanza tena kutagusana.

"Njoo unitembelee," Yoko alisema akionyesha haraka ya kuondoka.

Waliagana. Mali ya Mungu alimtembelea. Yoko alijaribu kumtia Mali ya Mungu katika hicho chombo cha kuuza dawa bila kufaulu.

"Si hatari?" Mali ya Mungu alimuuliza.

"Ni hatari. Lakini njaa ni hatari zaidi," Yoko alisema huku akimwona Mali ya Mungu kuwa mshamba.

Mali ya Mungu alistaajabishwa na visa zaidi vya vijana wa Rama waliozunguka Dunga kwa riziki. Aliyaona makundi fulani ya vijana yakiwa vibarua na mengine yakizurura ovyo barabarani bila kuwa na mbele wala nyuma.

Ishmael naye alikuwa na kisa cha kusikitisha hata zaidi ambacho alikisimulia kila Mali ya Mungu alipompigia simu.

Ishmael aliajiriwa na Bwana Korir ili kumwangalia mgonjwa wa kiharusi. Kumwamsha na kumwosha mgonjwa ni yeye. Kumpeleka mgonjwa juani kumwanika ni yeye. Kumzoa juani likimzidi ni yeye. Kumlisha na hata akitapika ni yeye wa kumsafisha. Kuzoa kinyesi chake ni yeye.

Alilipwa mshahara mnono akapewa chakula kitamu lakini kazi hii ilikuwa nzito sana kama gunia la sukari. Mgonjwa aliwahi kuwa mwanasiasa maarufu na sifa zake lakini pindi wakati ulipopita mambo yalimgeukia. Chombo chake kiliingia maji. Maradhi yalimvizia kama mwizi afanyavyo, yakampiga mwereka. Alishindwa kujipeleka popote licha ya kuwa na hizo pesa zake. Ulimi wake uliosema kwa kunata, ukavutia mamia ya watu ulikuwa mzito. Ulimi ulimshinda kutumia. Alitegemewa na watu – takriban wake saba na watoto thelathini.

Aliwapeleka wanawe India, Marekani, Ujerumani, Kanada na Urusi masomoni. Wanawe wakafanikiwa kuwa watu wa kutajika. Baadhi yao walikuwa wahandisi, wengine walimu, wengine madaktari na wengine wakaishia kuwa wafanyabiashara maarufu.

Alijilimbikizia mali katika mabenki wakati akiwa na uwezo. Lakini sasa zilikuwa sanamu kwake. Akionyeshwa pesa hazitambui wala hajui ni za nini. Ukimpa pesa ni kama unamkera. Alitolewa kwenye nyumba kubwa akafungiwa katika kibanda kilichokuwa sambamba na nyumba hiyo kubwa. Chumba alimofungiwa ndimo alimoishi naye Ishmael akimwangalia, akimhudumia.

Chumba hicho kilitisha kwa udogo wake. Wake zake sasa hawakujali lolote. Walimwangalia ungedhani ni taka la jana. Zunge alikuwa ameingia ulimwengu wa pili. Ulimwengu wa kutengwa. Ulimwengu usiotangamana na watu wa haiba. Mwanawe mmoja Korir ndiye aliyeshughulika naye. Kama Korir alikuwa hayuko Ishmael ndiye aliyekuwa mwokozi wake.

Kila Ishmael alivyohangaika na huyu Mzee Zunge alishangaa kuona vile maisha yalivyo na ujanja. Yeye Ishmael hakuwa na pesa ndiyo maana hakuweza kula wala hakuweza kuvaa vizuri. Lakini Mzee Zunge alikuwa na kila kitu. Pia naye ameshindwa na kula ameshindwa na kuvaa. "Nini maana ya maisha?" Ishmael alijiuliza. Itakuwaje watu ambao Zunge alipigana juu chini kuwazaa na kuwalea wawe hawana hata dakika moja ya kukaa naye? Walishughulika na mambo yao. Wake zake wangemaliza hata mwezi mmoja kabla ya kuingia katika hicho chumba walichomfungia Zunge. Ama huo ndio uliokuwa ubinafsi wa roho ya binadamu. Ishmael alipambana na mzigo huo wa ulezi kucha kuchwa hadi siku moja alipoamua kutia guu njiani.

"Potelea mbali. Siwezi kuendelea," Ishmael alimweleza Mali ya Mungu huku akiwa amekasirika na kurukaruka kama nyamwera.

"Kwa nini?" Mali ya Mungu aliuliza huku akicheka.

"Kuzoa taka hilo, baba siwezi tena. Sitamani kula chochote. Nimetamauka maishani. Mzee yule *anavyosuffer mazeee* ni *kinjaro,*" Ishmael alisema huku naye akicheka kicheko kikubwa cha kitashtiti.

"Ningekuwa wewe ningevumilia hata angalau kwa mwaka mmoja nikikokoa hizo pesa zao kisha ndipo niamue kuwaonyesha mgongo," Mali ya Mungu alisema akimwangalia Ishmael ambaye alionekana kuchachawizwa na harufu fulani.

"Hata siku moja zaidi siwezi," Ishmael alisema.

"Pole kaka," Mali ya Mungu alimtuliza.

"Nishapoa *mazee*e," Ishmael alisema.

"Ndio umaskini huo, ndio gharama yake," Mali ya Mungu alisema.

"Ni ghali," Ishmael alisema kwa mazingatio.

Ishmael aliingia barabarani kutafuta kibarua tena. Hakutaka kukaa tu. Ukikaa ndee Dunga utaiba. Hakutaka kurudi nyumbani wala hakutaka kuiba. Hawakuwa na shamba baada ya Mwamba kumchukulia baba yake shamba kwa nguvu na kwa vitisho na kuishia kusababisha baba yake kufungwa jela kwa kumsingizia kuwa alikuwa muuza bangi.

Ishmael aliajiriwa na Rajiv kunadi watu waingie dukani kununua vitu. Ishmael alikuwa ananadi vitu kwa watu kuanzia asubuhi hadi jioni. Ilikuwa kazi nzito na iliyohitaji kusimama sana na kusema kwa muda mrefu. Mali ya Mungu alifanya masihara.

"Mimi ningekuwa kama wewe ningefurahi sana," Mali ya Mungu alimweleza Ishmael.

"Kwa nini?" Ishmael aliuliza.

"Wewe huna kazi ngumu. Ni kuita watu tu," Mali ya Mungu alimweleza.

"Ni kazi ngumu *mazee*e, wakati mwingine ukiwaita wanakutukana," Ishmael alisema.

"Kwa nini wakutukane?" Mali ya Mungu aliyependa masihara alimuuliza Ishmael.

"Watu wanasema unawapigia kelele; wana shughuli nyingi. Watu hawataki kusumbuliwa," Ishmael alisema.

Hivi ndivyo vijana wengi waliohangaika na maisha ya Dunga walivyokuwa katika shughuli zao za maisha. Hawa wenye vikazi walikuwa na nafuu kidogo kuliko wale waliohangaika wakitafuta lolote la kufanya. Kuna hata waliokuwa radhi kuokota plastiki na vyuma. Hao wa plastiki mara walishindana na polisi na askari wa manispaa ya Dunga. Yalikuwa ni maisha ya mwenye nguvu mpishe. Maisha ambayo wengi walishindwa kuishi bila kujali umri. Mali ya Mungu aliwashangaa vijana wa Rama walivyoshindana kula chakula ambacho kwao nyumbani kilikuwepo tele.

Lakini hivyo ndivyo maisha yalivyo. Ukila yatakudai kitu kingine. Ukivaa pia yatakudai kitu kingine. Kama si wewe, baba, mama au ndugu.

Baada ya miezi mitatu, Yoko alimpigia Mali ya Mungu simu saa sita za usiku. Mali ya Mungu alighadhabika sana. "Mtu kukupigia simu saa sita za usiku huwa ana maana gani?" Mali ya Mungu alijiuliza kimoyomoyo. Hiyo simu haikumsumbua Mali ya Mungu tu bali hata Mdeshi. Mara moja Mali ya Mungu aliiweka kwenye mfumo wa *silent* na kuipuuza. Alikuwa anaona hiyo simu ikinyamaza kulia ataifunga kabisa ili huyo fala asimkere. Ni mara ngapi Mali ya Mungu ameshamwambia hawezi kuingia kwenye mtandao wao wa kuzungusha dawa lakini naye haelewi? Kila siku alifanya inadi. Baada ya kujaribu kupiga mara sita bila kufaulu Yoko alimwandikia Mali ya Mungu salamu.

"Ni mambo ya Rama kaka. Pole kwa yaliyotokea."

Mali ya Mungu alipuuza hata kusoma hizo salamu. Aliona ni salamu za ulevi, salamu za mambo ya dawa ambazo zitamsumbua bure. Mali ya Mungu alisema hapo ameshamwambia mara ngapi Yoko kuwa mambo ya dawa hataki. Mali ya Mungu alipoona vile vijana walivyooza pale Dunga kwa sababu ya dawa za kulevya, hakutaka kujiingiza katu.

Alipokuwa Rama, Mali ya Mungu alikuwa akinywa pombe hata kuvuta bangi lakini alipofika mjini na kuona maisha yalivyo, aliacha kulewa na kuvuta bangi. Aliona matatizo ya Dunga yakiwa mengi, akaamua kusema na moyo wake kwa kuushawishi. Ilimchukua siku nyingi. Baadaye moyo wake uliridhia ushauri wake akakoma kulewa. Hata Mdeshi alipolewa Mali ya Mungu alimweleza kuwa pombe ilimsababishia kuumwa na tumbo, kwa hivyo hakuitaka.

Mali ya Mungu aliogelea usingizi usiku huo bila kuwa na usumbufu wowote. Alikuwa amekula ugali kwa maziwa mala, sukumawiki wakaongeza na chai. Tumbo lake lilijaa likawa linaomba kupumzishwa ili lisage hivyo vyakula vyote. Alipolala basi nalo tumbo lilipata matilaba yake. Lilipumzika. Ndoto aina aina zilimjia Mali ya Mungu. Hakuweza kuzikumbuka zozote kwa usahihi. Ndoto moja ilimtia wasiwasi. Alimwona mamake amekaa mahali ameshika tama huku wanyama wa mwitu wakiwa wanagawana mwili wa baba yake.

Chui aling'oa macho. Fisi akakata mkono wa kushoto. Simba jike alivuta kiwiliwili kilichobaki akaenda kusherehekea na wanawe. Mali ya Mungu alipoamka Jumatatu hiyo ili kwenda kazini *Rainbow Motors* mwili wake ulikuwa umechoka kweli. Alioga haraka haraka kabla ya watu kuanza kupiga foleni kwenye hilo bafu ambalo mtu akioga miguu ilikuwa ikionekana kwa nje. Baada ya kuoga aliingia chooni ambako pia huwa kulikuwa kuna foleni ndefu. Alienda haja huku mkono mmoja akiwa ameshika mlango wa choo kwani haukuweza kufungika. Hakula kiamsha kinywa chochote bali alijitupa katika misafara ya watu iliyoelekea jijini Dunga. Alipokuwa barabarani ndipo alipofungua simu na kupata hizo salamu za Yoko. Zilimtisha alfajiri hiyo si haba. "Ni jambo gani ambalo limemtendekea baba?" alijiuliza huku akipunguza spidi yake katika ule msafara. Aliamua kungojea saa moja ndipo ampigie Yoko simu. Lakini wasiwasi aliokuwa nao ulimsukuma kila sekunde. Alifika kazini. Hakuwa na furaha. Alishughulika na kupanga vyombo vya kazi hapo kituoni.

Yeye alishughulika na kuosha magari siku ya Jumatatu kama hiyo. Siku nyingine alishughulika na kuuza mafuta ya petroli.

Hatimaye saa moja ilifika akampigia simu Yoko.

"*Hello*?" aliuliza Mali ya Mungu.

"*Hello*," Yoko akajibu.

Wakati kama huu Yoko huwa amezungusha dawa za kulevya katika vituo sita au hata vinane.

Kabla ya kunywa chai huwa anahakikisha zamu yake ya kuzungusha dawa imeshughulikiwa vya kutosha.

"Habari za leo? Nilikupigia simu jana hukushika *mazee*. Mzee wako *walimdedisha*," alisema Yoko.

"Nani?" Mali ya Mungu aliuliza.

"Si wale Jeshi la Vijana," alisema Yoko kwa hasira kuu.

"Jamani hata sina hata senti za kwendea nyumbani," Mali ya Mungu alisema huku akilia.

"Hata ungekuwa na pesa Rama hakuendeki, *mazee*e," Yoko alimfafanulia Mali ya Mungu.

Kwa huzuni iliyochanganyika na hasira, Mali ya Mungu aliuliza, "Kwa nini?"

"Mashambulizi *mazee*e. Mashambulizi! Ukienda utakuwa unakwenda kusaka kifo chako. Poa huku kwanza nitakupa kanzi mambo yakipoa. Watu wametoroshwa nyumbani," Yoko alisema kisha akakata simu kujibu simu nyingine kutoka kwa mteja aliyetaka apelekewe unga asubuhi ile.

Mali ya Mungu alienda nyuma ya jengo la kituo cha *Rainbow Motors*. Alijiangusha kwenye gurudumu mojawapo akalia kuomboleza kifo cha baba yake, Kanja. Marafiki zake walimtuliza. Alikubali yakitendeka huwa ni kudura. Alikubali kuwa Rama ni nyumbani lakini hangeweza kusafiri kule hadi baadaye hali ikitulia.

Kila siku akawa anatazamia kusafiri lakini kila kulipokucha alikuwa akisikia kadhia za watu kuuawa na hata kunajisiwa. Siku zote alitegea taarifa ya habari lakini hakusikia matangazo yoyote kuhusu mashambulizi ya Rama. Eneo hili likawa ni kama eneo lililo ughaibuni lisilo katika nchi ya Tandika. Mambo yote aliyoyasikia yakawa kama ni uvumi kutoka kwa watu waliotoka maeneo ya Laka, Raka na hata Kimiki.

Jioni moja alipokuwa anapumzika baada ya siku ya kutwa, ndipo Yoko alipopiga simu tena. "Vipi *mazee*," Yoko alisaili.

"Salama, kaka," Mali ya Mungu alimjibu.

"Ni salama sasa kidogo. Hata hivyo nasikia watu walishambulia akina mama na kuwafanyia makuruhu. Mama yako, *mazee* alihusika katika *kurepiwa* huko, pole."

Mali ya Mungu hakutaka kusikiliza maelezo zaidi. Alikata simu ya Yoko. Yoko hata hivyo akamtumia shilingi elfu mbili za kuabiria gari. Bila kuaga kazini, Mali ya Mungu alijirusha garini akaenda kufuatia hali ya mama yake huku moyoni akisema liwe litakalokuwa, nitaenda. Mdeshi peke yake tu ndiye aliyejua. Mali ya Mungu hakutaka kujua litakalompata baadaye. Moyo wake ulifura kama kipira kwa hasira ya hao vijana waliovuruga amani ya wakazi wa Rama.

SURA YA NANE

♦

Safari ya kuelekea katika kituo cha polisi ilianza asubuhi. Ilibidi ajihimu ndipo aweze kuwahi ile safari na hamkani nzima. Ilikuwa muhali kupata magari msimu ule wa tufani. Wenye magari waliogopa kuyatumia barabarani. Boke alikata barabara huku akijikongoja. Kwa kweli mwenyewe alikuwa ni mgonjwa bado lakini aliona afike kituoni aripoti mambo yaliyompata, labda polisi wangeweza kumpa hata msaada. Siku kadhaa zilizopita Mali ya Mungu alimbeba mama yake mgongoni akimpeleka zahanatini. Alitaka kuripoti kuchukuliwa mwanawe, Mwita na kuingizwa gengeni bila hiari yake. Jua la saa saba lilimchoma utosini bila huruma.

Licha ya kuwa hakuwa na nguvu, moyo wake ulimhimiza kuendelea na kuendelea hata zaidi. Kovu lilimkaa moyoni. Kovu hilo halitibiki bali kila kulipokucha lilimkera.

"Tafuta haki, usiiache ipotee. Umeshambuliwa mara tatu sasa," nafsi ilimshauri.

"Unajisumbua bure dadangu," jirani yake Selah alimweleza. Selah aliingiliwa akapigwa akilazimishwa kusema alikokuwa mume wake. Mume wake ilisemekana kuwa ni kati ya watu waliokuwa wamepewa mashamba ya haramu na serikali. Licha ya Selah kupewa kichapo na kuvunjiwa heshima kama alivyosema mwenyewe, hakushughulika kuzungumza na yeyote wala na jambo lolote.

"Usijisumbue mwenzangu," Boke alielezwa na Selah huku akiwa ameshika tama machozi yakimshuka kwa mkupuo.

"Selah, lazima nifike kambini nione watanishauri vipi," Boke alisema akifumba macho na kutema mate yenye uchungu na chuki kwa nchi yake na kwa hilo jeshi. Hasa alipokumbuka kwamba kati ya watu waliomnajisi ni polisi mmoja aliyekuwa anamjua.

Alienda kambini. Kambi nayo ilikuwa mbali. Hatimaye Boke alifika. Alipata mkururo wa watu. Wote walingojea kusaidiwa. Msaada ulicheleewa. Kundi la watu lililotafuta msaada hapo kituoni Mamboleo lilitisha. Ulikuwa ni mchanganyiko wa wanaume na wanawake. Baadhi ya watu walionekana wagonjwa lakini walikuwepo kungojea chochote kutoka kwa serikali. Askari mmoja alimwonea Boke imani.

"Mama naona hali yako si nzuri. Shida yako ni nini?"

"Nilidhulumiwa na nataka mkono wa sheria unisaidie," Boke alisema macho yake akiwa ameyafumba ni kama alikuwa hataki kuuona uhalisia wa mambo pale Mamboleo.

"Vipi?" polisi, Mwongera alimuuliza huku akiwa amemtia jicho la upekuzi na tabasamu.

"Sijui, nyinyi ndio mjuao. Nyinyi ndio mliosoma," Boke alisema kidogo kwa dharau huku akiliwa na gegezi la hasira.

Mwongera alikuwa ni mtu wa moyo mwema. Alikuwa mcha Mungu na askari aliyependa kusimama upande wa haki. Alipendwa sana na wengi hapo kituoni Mamboleo. Alimkaribisha Boke akae nyumbani kwake hadi atakaposaidiwa. Wema ulioje! Ni nadra kupata watu wema lakini kulikuwa na wachache!

"Huwezi kurudi leo," alimwambia mama Boke kwa msisitizo.

Boke alikataa hoja ya Mwongera.

"Siwezi. Nitarudi nyumbani hata kama hali yangu si nzuri," Boke alisema akiangalia tena bendera ya Tandika iliyopeperushwa nusu mlingoti hapo kituoni kwa heshima ya rais mmoja wa Bara Asia aliyefariki.

"Wazia. Ukipenda mwenyewe niko radhi kukusaidia hadi utakapopata msaada," Mwongera alimweleza Boke.

Boke alijihoji kwa muda. Mwili wake ulikuwa mnyonge. Haukupenda kurudi Siloko jioni ile. Lakini moyo wake, ari yake ilimfanya atake kurudi. Kwa muda mrefu alipigana na mawazo yake.

Baada ya muda mrefu wa kurai moyo wake alimwendea Mwongera.

"Unaweza kunisitiri hadi kesho wakati ambapo nadhani nitapata msaada?"

"Karibu. Mimi ni mhudumu wako. Yaani, mimi nimeajiriwa kukufanyia kazi," Mwongera alisema.

Boke alihisi kama aliyeingia ulimwengu tofauti. Alikuwa amezoea kuwaona polisi wenye kiburi kikubwa.

Baada ya kuandikisha taarifa alienda kwa Mwongera. Mwongera alikuwa na nyumba ya vyumba vinne. Mke wake alikuwa amesafiri kwenda kumwona mwanawe shuleni Tongoni. Mhudumu alikuweko. Alimpikia mama Boke na kumwonyesha mahali pa kulala. Boke alishukuru. Takrima kama ile haikuwa rahisi kwake. Mwongera alirudi kazini kukamilisha shughuli za zamu. Siku hiyo walishika watu wengi na pombe na wakawa wanashauriana ama wawapeleke kortini au waachiliwe. Baada ya mazungumzo marefu waliwaachilia hao watu na ndipo akarudi nyumbani. Aliporudi Boke alikuwa amelala. Boke alitumbukia katika usingizi kwani kwake daima aliogopa uvamizi. Sasa kila mara walilala kwa wasiwasi. Lakini leo usingizi wote uliolimbikwa katika ule msimu wa mateso ulimwagika. Kitanda alicholalia kilikuwa safi. Kitanda cha bei na cha starehe.

Mwongera alibisha mlango wa Boke. Boke alidhani wavamizi wamerudi tena.

"Mmerudia nini baada ya kunidhulumu? Baada ya kumchukua mwanangu? Baada ya kuninyang'anya urithi wangu mie mjane?" Boke aliuliza nusu akiwa na usingizi mwingi.

"Ni mimi, Mwongera," yule polisi alisema kiwiliwili chake kirefu kikiwa kimejaa mle chumbani.

"Pole nilidhani ni lile genge," Boke alisema huku akipoa roho yake.

"Sio wao. Ni mimi. Ni polisi. Ni serikali," Mwongera alisema kwa msisitizo.

Moyo wa Boke ukamuuliza kwa ghibu, "Umejia nini mwanamume usiku alikolala mwanamke?"

"Nilikuwa nataka kukutakia usiku mwema, mama."

"Haya," Boke alisema.

Boke alianza kuwazia tena mateso yake. Mambo yaliyomtendekea yasingemtendekea mtu ambaye hakuwa na laana. Alijaribu kukumbuka mtu aliyemkosea akamlaani lakini hakukumbuka vizuri. Mle kitandani aliomba Mungu siku moja amtendee haki.

"Ni mwanao pia?" Boke alimuuliza Mungu huku macho akiwa ameyaelekeza darini.

Asubuhi ilipobisha hodi, Boke akaamua kumuaga mwenyeji wake.

Aliambiwa alikuwa bado akijipalia usingizi mnono katika chumba chake cha ndani. Boke aliamua kuondoka bila kunywa chai wala kumsubiri mwenyeji wake. Hakutaka kumtafiri mtu muungwana kama yule. Alijikongoja taratibu kama alivyokuja akaelekea kwenye ofisi za kituoni. Alitaka kuelekea zake nyumbani. Moyo mwingine ukamwambia asiende. "Subiri huenda ukafanyiwa haki." Alitafuta ubao fulani pale kituoni uliokuwa ukijaa akakaa. Baada ya sekunde kadhaa, wale wenzake walibanduka ubaoni wakamwacha. Nzi wakawa wanazunguka pale alipokuwa kufurahia manukato yaliyokuwa yamehanikiza mahali pale. Wanaume wengine wawili walipouona ule ubao ukiwa wazi wakaja kuuketia. Pia nao wakautoka. Boke alijihurumia katika ile hali yake. Alikuwa sasa anakimbiwa kama kinyesi. Alijiuliza thamani yake katika dunia ni nini? Polisi mkuu alipoingia ofisini, Boke alisota akaingia humo ofisini. Aliona mwenyewe tabu aliyowasababishia watu waliokuwemo; polisi, sekretari na wasimamizi wa vijiji waliokuwa wameleta ripoti mbalimbali waliathirika kweli na ule mnuko uliopiga kama mvuke. Ukawa haumpi yeyote kufanya chochote au hata kupumua vizuri.

"Mama, shida yako ni nini?" Mkuu wa polisi aliyekuwa taabani kwa ajili ya mnuko mfano wa mzoga wa mbwa uliooza vibaya alimpa Boke nafasi ya kuzungumza. Ingawa mwili wake ulilegea kwa kukosa nguvu alimjibu kwa kusema:

"Nataka haki, Bwana mkubwa," Boke alisema huku akihisi kizunguzungu.

"Haki gani?" Yule polisi akamwambia yule mama Boke kuondoka mle ndani. Alimuuliza tena huku akifunika pua yake na kinywa kwa kiganja cha mkono wa kushoto. "Sema ni haki gani hiyo unayoizungumzia?"

"Haki, Bwana mkubwa. Mimi hivi nafukuzwa katika shamba langu. Mume wangu ameuawa. Mwanangu, Mwita alishikwa na Jeshi la Vijana. Alipokuwa akitoroka alishikwa na askari wa taifa. Mimi mwenyewe nimenajisiwa mara tatu. Mara mbili na magenge. Na mara nyingine na nyinyi wenyewe; nyinyi mliopewa jukumu la kunilinda dhidi ya uhasama kama huo."

Boke alisema maneno yake akavuta pumzi. Ni maneno yaliyokereketa maini ya watu waliokuwa mle ndani. Polisi mkuu, licha ya kuwa na masikio mazito ni kama alisikia hayo maneno ya Boke yaliyowaangukia kama bomu. Boke alikuwa analia mfululizo akikumbuka mateso yake.

"Mama, hapa si mahali pa kulia, hapa mama ni mahali pa kupiga ripoti," alisema polisi mkuu aliyevalia sare yake rasmi. Boke macho yake yakiwa na kiwi aliangalia sare ile akaudhika. Vipi atavaa sare katika hali ya kutatanisha kama ile. Kazi yake ni nini?

"Nimeyaleta mashtaka yangu sasa, fanya jambo tulione," Boke alisema kama ambaye alikuwa akigombana.

"Tupe muda, mama, sisi ni polisi mpaka tufanye uchunguzi," polisi alisema.

"Kuna jambo gani la kufanyia uchunguzi? Mwanangu yumo katika seli zenu. Na mimi mwenyewe niko hapa. Mimi ni ushahidi tosha wa majanga yaliyonisibu," Boke alisema huku akiondoka kwa hasira na kupiga vidoko na kuwaachia hao waungwana marashi yake ya kuchachawiza.

Boke alitoka nje. Aliitazama bendera ya polisi iliyokuwa imechanika upande ikipeperushwa na upepo, upepo wa msimu, upepo wa wakati.

Mkabala nayo ilikuwa bendera ya kitaifa. Boke aliitazama. Machozi yalimtoka tena kwa mkupuo. Makamasi yaliyafuata machozi hayo. Alitikisa kichwa akaondoka kuelekea nyumbani. Barabara zilijaa vumbi. Jua nalo liliwaka kwa hasira na uchungu. Utosini alichomeka. Nafsi moja ikamweleza aende hospitalini. Nyingine ikamwambia asiende. Asteaste alitembea katika barabara yeye na nafsi yake kurejea Siloko. Siloko mlimani ni mahali palipozungukwa na mito miwili. Ardhi yake ina rutuba nyingi. Mimea ilimea bila kutiwa mbolea. Ni mahali palipovuta tamaa ya watu. Kila aliyepaingia aliona tabu kupatoka kwa ajili ya ubora wake. Si ajabu moyo wa Boke ulishindwa kupatoka pale. Hata wakati ambapo wenzake kama Selah na Milka walikwenda kuishi na jamaa, yeye alipania kuishi papo hapo. Hapo alipomzika mume wake naye alitaka kuzikwa papo hapo. Kwani angekwenda wapi kwingine? Kijisehemu chake cha shamba nyumbani alikuwa ameshakiuza. Kumbukizi ya mambo ya miaka ya nyuma ilimjia Boke. Alikumbuka vile walivyomkaidi chifu wao wakati walipokuwa wakitaka kuliuza shamba lao la nyumbani kwao.

"Si halali kuuza shamba lako la kiasili na la urithi," Chifu Monari alionya.

"Kwa nini?" Mumewe, Bwana Kanja alimuuliza Chifu Monari maswali kwa hasira hadharani.

"Hujui wendako, bwana nisikize. Walisema, 'Mtu hujua atokako sio aendako'," Chifu Monari alimweleza.

"Niendako nakujua," Kanja alisema kwa kumrukia kama kanga mwitu.

"Sitakubali muliuze shamba hili," Chifu Monari alisisitiza.

"Kwa nini usikubali? Hili shamba ni la mama yangu na ni letu. Tafadhali, Bwana Chifu usijihusishe na jambo lisilokuhusu. Hata kama litaniathiri mimi niko radhi kuathirika," Kanja alisema kwa uhodari.

"Hata kama ni chifu hapa si kwako," Boke aliinukia kumjibu chifu kwa hamasa.

"Haya, fanyeni mtakavyo," Chifu Monari akakubali na kusema, "La kuvunda halina ubani."

Hayo maneno ya Chifu Monari siku zote yalicheza akilini mwa Boke. Kila mara alijuta. Kijishamba chake cha nyumbani Laka kilikuwa kidogo lakini kilikuwa na amani. Angekiacha angekirudia katika hali hii.

Sasa Boke alibakiwa na kilomita moja kufika nyumbani kwake. Aliweza kuona nyumba yake iliyochomwa upande. Mwili wake ambao tayari ulikuwa mlegevu ukazidi kulegea. Alipokaribia nyumbani matatizo yake yakamwia mengi zaidi. Lo! Ataniokoa nani katika janga hili? Kama wangemfungua mwanangu ningefurahi hata kama mengine yatangoja kesho," alijisemea.

Hatimaye Boke alifika nyumbani. Akaingia ndani ya nyumba na hiyo harufu yake iliyosumbua nafsi za watu. Aliwapata Mali ya Mungu na Eddah wako nyumbani. Ile furaha yao ya zamani ilikuwa imewatoka. Mawazo ya Mwita kutiwa kifungoni yaliwawia mazito yakawa yanawapanda kila sekunde, kila dakika.

SURA YA TISA

Mwita alifikishwa kizimbani saa tano. Jina lake liliitwa baada ya majina ya vijana watano kuitwa na kuhukumiwa kifungo cha maisha. Mali ya Mungu alisisimkwa na mwili kumwona kaka yake. "Mungu ni mkubwa," alisema kimoyomoyo huku akichora ishara ya msalaba kifuani mwake. Mwita alionekana mwenye siha nzuri ingawa wale vijana waliomtangulia walionekana wanyonge. Yeye alikuwa imara. Shati lilikuwa limeraruka, mkono mmoja wa shati ulitoka, akaonekana kama mtu aliyefunga lubega. Lile shati alilotoka nalo nyumbani yapata miezi sita iliyopita lilikuwa limesalimu amri kwani alikuwa habadilishi. Ni hilo hilo. Uso wake ulionyesha furaha. Hakubabaika hata chembe. Nywele zake ni kama za rasta zimefanya kambakamba na matuta. Alipokuwa akitembea polepole askari wa kike mnene alimharakisha.

"Tembea haraka, wewe jangili."

Mali ya Mungu na mamake Boke walikaa sehemu ya raia katika korti ya Raka. Korti ilitulia tuli. Ungedhani ni makaburini. Hata milio ya ndege iliyozomea unafiki wa binadamu ilisikika ikiimba mitini nje ya korti. Ndege mmoja aliyejulikana kwa usodai wake aliimba na sauti kutafsiriwa kama ilisema hivi: "Njaa, njaa muume. Akipata huwa anaringa, anaharibu. Njaa ikiingia analia. Akili zake ziko wapi?" Boke aliyaweka wazi masikio yake kusikiliza mashtaka ya mwanawe. Boke alitazamia kupata haki. Alisikiliza kama mtu aliyesimama mbele ya Maulana akingojea kuamuliwa ama aende peponi au jehanamu.

"Edwin Mwita Kanja," alianza mwendesha mashtaka baada ya kikohozi kumtaabisha.

"Ndiyo, afande," Mwita alijibu kwa sauti iliyokuwa hafifu na macho yaliyojaa ukakamavu. Ungedhani hii ndiyo nukta aliyoisubiri maishani ili ukweli ujitenge na uongo kama ardhi na mbingu.

"Upo kortini?" mwendesha mashtaka aliuliza kwa kiburi na sauti ya kulazimisha.

"Nipo," Mwita alijibu bila kuangalia ilikotoka hiyo sauti ya takaburi.

"Uko, uko wapi?" mwendesha mashtaka alidadisi zaidi.

"Nipo kizimbani," Mwita alijibu kwa unyenyekevu huku akijaribu kulegeza minyororo iliyomfunga mikononi bila mafanikio yoyote.

"Mwita, unashtakiwa kwa kuzua rabsha, kushiriki mauaji, ubakaji na hali ya kuvuruga amani ya nchi tukufu ya Tandika," kiongozi wa mashtaka alisoma mashtaka kwa usodai.

"Unakana au unakubali?" mwendesha mashtaka aliuliza baada ya sekunde kadhaa.

Mwita aliangaziwa na macho yote pale kortini. Kimya kilitawala kwa muda. Hakimu alitoa makini yake kwenye mambo aliyokuwa akiandika akamwangalia Mwita. Mwita alizidi kuangalia chini. Hakujua atajibu nini. Mama yake alizidi kusikiliza kwa makini yake yote huku akiomba dua kwa Mola wake.

"Utajibu au hutajibu? Ningependa kukutahadharisha kuwa kunyamaza kunaweza kuchukuliwa kama kitendo cha kudharau mahakama na unaweza kuchukuliwa hatua. Ama korti inaweza kuamua kukufunga bila kukusikiliza," kiongozi wa mashtaka aliyeonyesha ghadhabu ya dhahiri alisema akimsogelea Mwita na kupaza sauti yake huku ametumbua macho yaliyosharabu wekundu.

Rabsha ilisikika mahakamani. Hata vidoko vilisikika. Alisikika mtu akilia. Hakimu alilazimika kupiga nyundo kwenye meza yake ili kuleta unyamavu mahakamani. Polisi walionekana wakiangalia upande wasijue jambo la kufanya.

"Nitarudia mashtaka uliyofunguliwa Mwita na usikilize kwa makini. Edwin Mwita Kanja unashtakiwa kuzua rabsha, kushiriki katika mauaji, ubakaji na hali ya kuvuruga amani ya nchi tukufu ya Tandika. Unakana au unakubali mashtaka?" kiongozi wa mahakama alitia kikomo usemi wake. Alitoa macho yake manene kwenye kipande cha karatasi alichosoma kilichokuwa na maneno yale yale aliyosomea vijana waliotangulia.

Mwita hakujibu kitu. Alinyamaza kwa sekunde kadhaa akisikiliza hayo mashtaka ya mahakama ndipo akasema:

"Naomba hakimu mheshimiwa unifunge, tafadhali. Usiendelee kunisumbua kwa maswali yasiyo mbele wala nyuma. Nimesumbuka vya kutosha. Naomba uache moyo wangu upumzike. Kisa na maana unajua sitaweza kuishinda kesi hii. Sasa kwa nini wanisumbua?" Hakimu hakuamini masikio yake. Ni kama aliyekuwa akiota ndoto ya usiku wa manane. Mwita alitofautiana na vijana waliomtangulia ambao waliomba waonewe huruma.

Vilio vilijaa na kutanda kortini. Zogo lilivuma. Polisi walimnyanyua Mwita wakamrusha nje ya korti na kumtia kwenye lori la polisi. Boke alilia kwa nguvu zake zote. Mali ya Mungu alitaka kulipiza kisasi lakini hakujua vipi. Mali ya Mungu alisimama hapo nje huku akiwa amekunja ngumi. Lakini wapi!

Hakimu alimfunga Mwita maisha. Mtoto wa Boke aliyemtafuta kwa udi na uvumba, alimwona lakini hakufaulu kumtia mkononi. Yule aliyemtorosha nyumbani ndiye yule aliyemfunga jela ili aendelee kumhudumia mwenye nguvu.

Boke aliangalia vitabu vilivyotumika wakati wa kuapa pale mbele ya korti; Biblia na Kurani; ni vitabu vya Mola lakini vilivyotumika vibaya na baadhi ya watu katika sarakasi ya maisha. Sarakasi iliyoshinda watu kuielewa.

Boke alirushwa nje ya korti kama kipande cha ukuni alipotaka kuleta zahama. Alikaidi lakini askari wenye nguvu walimzoa kama unyasi, wakamrusha nje.

"Usithubutu kurudi ndani ya korti," askari walimweleza Boke bila kuonyesha mzaha.

Boke akarudi Siloko na mikono miwili. Bila mwanawe. Bila haki. Bila huruma ila majonzi tele. Mwana aliyemwombea kwa Mungu kwa siku nenda siku rudi lakini hakuwa huru bado. Tamaa ya Boke ya kupata haki ilikatika. Alibaki kuomboleza. Hapana mtu hata mmoja aliyekuwa na uwezo wa kumtuliza. Wote walimwacha. Alipotaka kulia alilia. Alipotaka kunyamaza, alinyamaza. Baada ya kifungo cha maisha cha mwanawe siku zikaendelea kama kawaida. Mahasimu wao wakaendelea kuwatisha kusiwe na mtu wa kuwaokoa. Ile imani aliyokuwa nayo kwa Muumba akaipoteza. Nayo maisha yakaendelea mbele. Kukawa mchana. Kukawa usiku. Wiki zikapita. Miezi ikapita.

♦ ♦

Siku moja Mwita alikaa katika pembe moja ya jela. Hakujua ni jioni. Hakujua ni asubuhi. Ilikuwa vigumu kujua wakati kwa sababu ya kile kiza kilichokuwa kimetawala ndani ya jela ile. Kwa kweli Mwita alikuwa mithili ya mwanaanga aliyekuwa katika safari fulani ya kwenda kusikojulikana. Haikujulikana kuwa safari yenyewe ingechukua muda gani kufika huko. Alikuwa katika ombwe tupu lisiloeleweka huku akizongwa na tabu hii na nyingine.

Mawazo yalimgubika ubongo. Aliwaza nyumbani. Alimwaza mama yake aliyesikia ni mgonjwa na ambaye kila mara alifika pale kituoni kuwasihi polisi na mahakama wamwachilie mwanawe ambaye hakuwa mhalifu. Mwita aliwaza ile siku baba yake alipopigwa risasi na Mambo. Mwita alimwona Mambo akimwelekezea baba yake mtutu wa bunduki. Mwita alidhani Mambo anafanya masihara.

"Tuu! Tuuuu! Twaf," aliangusha risasi ikamtafuna baba yake Mwita; Bwana Kanja.

Mwita alitaka kurudi nyuma kumsaidia baba mzazi lakini wapi! Mayowe, kelele za Jeshi la Vijana zilipaa mahali pale zikamwingiza baridi. Palinuka kifo. Palinuka hatari. Si mahali ambapo Mwita angesimama hata kwa sekunde moja. Alifululiza kutafuta uzima wake. Alimwombea baba yake anusurike.

"Akipona sawa. Tena akifa Maulana amweke mahali pema peponi," Mwita alikumbuka kusema huku akijua aliloandikiwa mja na Mola halifutiki.

Kila alipowazia kifo cha baba yake alilia katika seli ile mpaka akawa anasutwa na wenzake. Lakini wakati fulani Mwita alitamani hatima ya baba yake. Alitamani kifo. "Uzuri wa kifo unakufa mara moja. Ni bora kuliko mateso ya kila siku," alisema Mwita hapo jela alipokaa karibu na ndoo ya kinyesi na mikojo, ambayo ilikuwa haijatolewa nje kwa wiki moja. Siku hiyo ndoo ilijaa hadi pomoni shibe yake ikawa yashuka chini. Hakujua angefanyaje.

Mawazo ya Mwita yalikwenda tena kwenye ule mtihani wake wa kidato cha nne hapo *Rama Boys*. Alikumbuka kuvunja rekodi ya shule hiyo katika ubora wa matokeo ya mtihani. Alitazamia kuwa injinia wa kwanza pale Rama. Alitazamia kusaidia kuleta maendeleo katika sekta ya uhandisi. Alitaka mtu wa Rama naye akae katika meza za duara za taifa la Tandika awawakilishie watu maslahi yao. Mwita alijua ni siku nyingi Rama ilikosa kuwa kwenye ramani ya taifa la Tandika na jambo hilo ndilo lililompa shauku ya kufanya bidii shuleni. Lakini alijua sikio la kufa halisikii dawa. Riziki yake ilikuwa yake. Alimshukuru Mola wake kwa kila jambo lililomtendekea maishani.

"Nilistahili vipi haya?" Mwita alijiuliza kwa sauti iliyowashtua wenzake mle gerezani.

"Ni nini tofauti ya wema na ubaya? Kwa nini jamii haiwezi kumtenga mui na mwema?" Mwita alistaajabu.

Wenzake hapo chumbani walipiga soga wakicheka. Walieleza walivyoua watu na kuwanyang'anya mali zao. Mwita alitamani hata angekuwa katika hilo jeshi akawa ameshikwa kwa mambo yenye ukweli. Usingizi ulimshika hatimaye. Aliota ameingia katika dau la kumvusha ng'ambo ya pili ya mto Rama. Mara dau hilo likaanza kuwa na hitilafu baada ya kujigonga kwenye miamba ya mtoni. Dau lilipepesuka. Katika dau lile alikuwemo yeye na baba yake, Bwana Kanja. Dau hilo lilizama ndani ya maji. Juhudi za baba yake kunusurika ziligonga mwamba. Alikutana na ngwena. Ngwena akamkata vipande viwili naye Mwita akaogelea kuelekea upande wa chini. Aliona jiwe mbele yake baada ya kuchoka kuogelea. Akasema:

"Ahsante Mungu. Nitakaa hapa jiweni kwa muda nipate kupumzika kisha baadaye niendelee kuogelea." Alifika hapo jiweni. Alichupia kwa nguvu kwani lilionekana kama ni jiwe telezi. Kumbe! Kumbe hilo ni jiwe si jiwe. Kilikuwa kichwa cha kiboko. Kiboko akamshika akawa anapiga kamsa kusaidiwa. Kelele ikamleta askari.

"Una nini wewe, mwuaji?" Inspeka Ranalo akauliza.

"Si kitu, bwana afande," Mwita alisema kwa ghadhabu.

"Si kitu na unalia ukipiga kelele na kusumbua wenzako? Au watu uliowaua ndio wanaotaka kukuua?" Inspekta Ranalo alimuuliza.

"Mshenzi, mbakaji wewe. Unabaka hata mama zako!"

"Si hayo Bwana," Mwita alisema huku akijaribu kuelewa ndoto ile aliyokuwa nayo. Ndoto hiyo ilimtisha si haba. Mwita alifikiria tena jinsi kupita kwake mtihani kulivyofurahisha mama mzazi. Mwita alikumbuka siku zake shuleni.

Matokeo ya Mwita yalimfurahisha mama yake ghaya. Hata baba mzazi ambaye hakuamini kuwa Mwita angepita hivyo, alishangaa. Furaha yake isingefichika. Furaha hiyo ilijianika hadharani. Kanja aliimba na kupiga miluzi. Hiyo ndiyo tabia yake alipokuwa na furaha. Mama mzazi naye alicheka kicheko cha kike cha kwakwa. Jirani walijua kuwa mtoto wao aliwainua nyuso zao na kuwafanya kidogo wawe na furaha. Mwita alifanya mtihani wa kidato cha nne akawa ndiye mwanafunzi bora hapo *Rama Boys* na vilevile akawa ni katika wanafunzi kumi bora katika taifa zima. Mwita alipotembea pale Siloko alikuwa kama lulu ya tarafa nzima. Hata afisi wa wilaya wa tarafa hiyo alikuwa na furaha kuwa na mwanafunzi bora katika eneo lake la uwakilishi. Mwita mwenyewe 'alijisikia sukari' kama vijana wenzake walivyomwambia. Alipigiwa simu bila kupumzika na marafiki zake kumpongeza. Mwalimu Mkuu wa *Rama Boys* alitaka afike shuleni azungumze na vijana wengine kwa minajili ya kuwahimiza ili pia nao walipeleke mbele jina la shule yao. Moyo wa Boke uliona kinyongo baada ya Mali ya Mungu kuasi masomo na kukimbilia jijini kutafuta kazi. Juhudi zozote za kumrai arudi shuleni ziligonga mwamba.

Walimwacha. Walijua alikuwa kama mtu aliyepiga mbizi nchi kavu na ambaye huchunua uso wake. Lakini sasa matokeo ya Mwita yalipiga tochi maisha ya familia nzima ya Kanja. Alikuwa kito cha kujivunia. Kito cha kujitambulisha nacho.

Kama walivyosema wavyele, "Chanda chema huvishwa pete." Mwita alistahiki pete hiyo. Jamii yake ilimvisha pete. Alifurahi sasa. Alingojea wakati wowote kuitwa kwenda kusomea uhandisi katika Chuo Kikuu cha Tandika. Hili ndilo somo alilokamia tangu akiwa kijana mdogo. Kulikuwepo na Mzungu aliyekuwa akiitwa John Hagen hapo Mikindani ambaye alimwathiri Mwita pakubwa. Alisimamia masuala ya stima. Tangu Mwita alipomjua, alipania kuwa naye siku moja atakuwa kama yeye. Awe anasoma kila wakati. Na kuwa na gari kubwa kama lake; gari aina ya *Prado*; gari la kutamba; gari la kusota. Alifurahia kuona kuwa huyo Mzungu mhandisi alikuwa na akili. Alipoulizwa swali lolote lile alifikiri kabla ya kujibu. Mwita alimhusudu akampenda akawa anataka kuwa kama yeye. Mwita alijipata hata anatembea kama huyo Mzungu kwa kuchechemea kidogo kama mtu aliye kiguru.

Baba yake mzazi licha ya kushughulika na kulima alikuwa na vipesa vyake vidogo alivyokuwa anavipata baada ya kustaafu kazi yake kama askari jela. Alikuwa amesema kuje mvua kuje jua, atafanya juu chini kuhakikisha kuwa Mwita amefika mbali katika elimu. Alikuwa ameonyesha bidii hiyo kwa kuuza maksai wake wawili aliotumia kwa kulima wakati Mwita alipokuwa kidato cha nne. Kanja alifurahi wakati alipoona mwanawe anasoma vizuri shuleni. Hii ndiyo sababu Mali ya Mungu alipokuwa hataki tena kusoma alimrai kwa matao ya chini na kwa ufundi wote ili akubali kusoma lakini hakufua dafu. Ilimchukua Mzee Kanja mwezi kukubali uamuzi wa Mali ya Mungu wa kuasi masomo. Siku moja aliamua amfukuze hapo kwake nyumbani kwa kukataa shule lakini alipokuwa anapanga hatua hii Mali ya Mungu mwenyewe akajibandua hapo nyumbani bila ya kuacha taarifa yoyote ya kule alikokwenda.

"Potelea mbali. Uzazi ni mtihani," Kanja alisema siku moja akielekea shambani.

Juhudi za Mwita zilimletea baba mzazi mwelekeo mpya. Licha ya kuwa Eddah alikuwa pale nyumbani, Kanja hakumtilia sana imani kwa jinsi alivyokuwa hatii bidii masomoni na jinsi alivyoandamana na vijana wasio na adabu. Baba mzazi alisema waziwazi kuwa Mwita ndiye mboni yake hata akawa amemweleza mama Mwita kuwa sehemu ya chini ya shamba lao, sehemu iliyopakana na mto, alitaka ampe Mwita atakapokuwa mtu na shughuli zake. Kwa bahati mbaya baba hakupata kuishi kuona maendeleo ya mwanawe baada ya risasi ya Jeshi la Vijana kumkata roho na kusitisha maisha yake.

Mama aliishi kuyaona maisha ya mwanawe Mwita. Hayakuwa kama walivyotarajia. Safari ndefu ya kheri ya Mwita ilikatwa na kuwa safari ya majonzi na simanzi tupu.

Nyota ya Siloko na Rama nzima ilizimwa na wingu jeusi la Jeshi la Vijana.

SURA YA KUMI

●

Eddah aligura nyumbani akakaa madukani hapo Mikindani. Alichelea mashambulizi zaidi kutoka kwa Jeshi la Vijana na wahuni wengine pale Rama. Lakini pia aliona hapo madukani atapata fursa ya kufanya biashara yake ya kuchuuza maandazi na tena kujitenga na mamake maana keshakuwa mtu mzima sasa.

Wakati fulani alipokuwa na kazi nyingi za maandazi, ndugu yake, Mali ya Mungu, alitoka nyumbani akaja kumsaidia kuyazungusha maandazi hayo. Hapo sokoni Eddah alipata lakabu, alijulikana kama Mama Maandazi. Mara ya kwanza alitishwa kwa kupewa vikaratasi vya vitisho ili aondoke lakini akakataa kuondoka. Aliamua kukaa tisti kama walivyosema baadhi ya watu pale Rama.

Siku zilipita. Miezi nayo ilipita. Penzi kwa Eddah likaanza kuota katika moyo wa askari mmoja aliyeitwa Mulota. Mulota alitoka katika kabila la kiasili la Wasululu ambalo halikutaka Eddah na watu wake wakae Rama. Hili penzi likianza Eddah hakuamini. Mwanzo Eddah alimchukia Mulota. Hakutaka kumwona alipopita na askari wenzake wakisaka wahuni na kulinda usalama ingawa haukuwa usalama wa Rama. Eddah aliwaita wanafiki. Lakini wakati ulipopita, ile hasira ya Eddah ikaanza kumomonyolewa polepole na mpito wa wakati. Penzi likakua na likashamiri.

Mamake, Boke, aliposikia hizo habari za mahaba baina ya Mulota na mwanawe alimkemea mwanawe:

"Hao watu si watu. Wamekudanganya ili waje wakuue."

Lakini walivyosema wahenga, "Mpenda chongo huita kengeza." Eddah hakutaka chuki ya jana izuie furaha yake ya leo. Yeye mwenyewe Eddah alikwishamvunjia Mulota mbarika ya jinsi alivyofanyiwa karaha. Alimweka kitako Mulota akamsimulia mateso

96

aliyoyapitia yote yale na vile alivyokuwa hawapendi askari. Kwa hivyo hakuwa na sababu ya wao kuonana. Eddah alikuwa amemwambia, "Hatuli pamoja. Hatunywi pamoja. Hatusemi. Hakuna kuoana," Eddah alimpa Mulota siri yake ya moyo. Makuruhu yote yale yaliyokumba familia ya Kanja yakimpitikia akilini. Ajabu ni kuwa Mulota hakuwa ameyasikia kwa ukamilifu. Ingawa ni mwanamume wa Kisululu aliyeharamishiwa kulia, Mulota alihuzunika ghaya pale kibandani Mikindani wakati Eddah aliposimulia hayo mateso yote yaliyowapata watu wa familia yao. Eddah aliishi katika chumba kimoja na mwanawe na kufanyia humo humo biashara ya kaimati. Chumba hiki kimoja kiligawanywa kwa msutu mweusi wa nailoni uliofungwa kwenye kamba kutumia vibanio.

"Nimesikia," Mulota alimweleza Eddah akionyesha kutamauka. Mulota alitoka humo chumbani bila kusema lolote. Eddah akafurahi kuwa Mulota hatendi lolote la kumletea porojo na ukware wa kipolisi kama ilivyojulikana. Hata moyo wake jioni ile ulilala salama. Lakini ndoto aliyoiota baadaye usiku ule ilimtisha si haba. Alipokuwa amelala aliona yuko katika shamba la Bosi. Humo mlikuwa na wanyama sampuli tofauti tofauti. Lakini aliona kulungulu amekaa katika kundi la simba, fisi na nyati. Wale wanyama wasio na miiko ya kutangamana, akawaona wametangamana. Lo! Aliamka huku pumzi zikiwa zimemwisha akakaa kitandani. Watu walitembea nje ya kibanda chake. Alishikwa na wasiwasi. Alishika pumzi. Aliogopa wasije wakawa tena ni wanajisi. Kumbe walikuwa ni mbwa koko. Alirejea usingizini hadi asubuhi wakati wa kuanza kuzichoma kaimati kupeleka sokoni.

🍐 🍐

Moyo wa Boke ni kama ulikuwa na mahangaiko yasiyokwisha. Alichachawizwa na maisha. Ni kama alichukia kila kitu. Alichukia serikali. Aliwachukia maadui zake. Aliwachukia wanawe. Alijichukia mwenyewe kwa jinsi alivyokuwa udhia kwa watu wengine. Sasa alijua leo sio jana na jana sio leo. Baadhi ya mambo aliyokuwa ameapa hatayakubali yatendeke yalitendeka tena, hakuwa na nguvu ya kupinga jambo lolote.

Leo asubuhi aliraukia katika shirika lisilo la kiserikali hapo Mikindani. Shirika hili limekuwepo kwa mwezi mmoja na watu walikuwa wanakwenda katika shirika hilo kutafuta msaada lakini yeye alipuuza kwenda huko.

"Sitakwenda popote kutafuta lolote," alisema Boke akiwa kwake nyumbani.

Mawazo yake yakaenda jela alikofungiwa mwanawe kwa kusingiziwa tuhuma za ujambazi. "Haidhuru, siku moja haki itakuja," Boke alisemesha moyo wake kwa ghibu. Moyo wake ulikubali.

"Vipi mwanangu?" alimwamkua Nifreda. Alimwamkua akikumbuka makuruhu aliyotendewa baba yake Nifreda – ule usiku alipojiwa na Jeshi la Meja-K. Jeshi lililomchana akabaki kuwa kama jani la mnazi.

"Salama, mama," Nifreda aliitikia salamu za Boke.

"Mungu ni mkubwa," Boke alisema kwa dhati akizuia machozi."

"Ni kweli. Kama si Mungu hatungekuwa hai. Tumeishi na simba katika pango lake lakini bado tuko hai," Nifreda alisema. Ile hasira yake ilikuwa imeshuka. Aliajiriwa kazi na shirika la Chunga Ndugu Yako linalowasaidia watu kurudi nyumbani. Shirika hili limemsaidia kuyaendeleza na kuyamaliza tena masomo yake katika Chuo Kikuu cha Tandika.

"Nikusaidie vipi, mama," Nifreda alimuuliza Boke. Alipomkagua tena akashangaa. Boke alikuwa mwanamke mnene, mwekundu lakini leo amekonda kama ufito wa mwanzi. Ile furaha yake na bashasha yake haiko tena. Hapo anapojitahidi kufurahi hafaulu. Uso wake umejichora alama ya mateso. Kila alipokumbuka mateso yote aliyofanyiwa; maswali yalimvamia kwa mkururo wa kutisha. "Nina malalamiko na pia naomba msaada," Boke alisema akifunga na kufungua macho kama ilivyo ada yake.

"Ngoja nikuitie mkurugenzi mseme naye, *mummy*," Nifreda alisema kwa sauti ya kutuliza.

Boke alipokaa hapo hospitalini akingojea huduma aliteleza tena katika mawazo yaliyomkumbusha jana yake. Alipigana kufa na kupona ili kujitoa katika hilo shimo la mawazo.

Mawazo haya yalifanya wingu kubwa la ukungu ambalo lilifanya Boke asione mbele wala nyuma. Wakati huo alimwazia pia mumewe ambaye sasa alikuwa amepumzika. Hakuwa na mititigo ya ulimwengu huu. Akikumbuka vile walivyokuwa wamependana. Akawa anahisi uchungu mkali. Bi. Boke alimkumbuka mumewe kweli. Alijiona mpweke. Kifo cha mumewe kilimwachia pengo kubwa sana la uhusiano wa kimaisha.

Ni wakati huu tu ambapo aliweza kukumbuka alivyomhudumia mume wake kwa mapenzi ya dhati. Yeye Boke na mume wake walikuwa kama zinduna na ambari. Ulipomwona mmoja mwingine alikuwa yu papo. Walikuwa sehemu ya mwili mmoja. Kila jambo walilotenda walitenda kwa kushirikiana na kwa kuheshimiana.

Penzi lao ndilo lililopigiwa mfano hapo kijijini Siloko. Hata siku moja kulipozuka tetesi kuwa Mali ya Mungu hakuwa mtoto wa Bwana Kanja, watu wengi hawakuamini.

Swahiba yake Boke, Selah alisema:

"Ni usabasi wa wadhabidhabina. Hujui binadamu?"

Selah alicheka kwa mcheko wake wa kawaida. Alipenda kujiita mwanamke wa kujitegemea. Kisha akamtuliza Boke.

"Dada yangu, watasema mchana, usiku watalala."

Mali ya Mungu akawa siku zote akitembea pale Siloko macho ya watu yakiwa yanampiga darubini ili kumtathmini. Watu wengi wakawa wanakubali kuwa mtembeo wake, msemo wake na hulka yake nzima ni kama Ndori. Jambo lililokuwa siri likawa linajulikana na karibu kila mtu. Hata mke wa Makana alijua hii siri. Siri iliyogeuka kitabu cha kusomwa hadharani.

Ilifikia hatua hata Bwana Kanja akawa anajua huenda Mali ya Mungu si mwanawe wa kuzaliwa. Hata hivyo alimpenda kama alivyompenda Mwita na Eddah. Pia, hakutaka kumuuliza mke wake kuhusu huo uvumi asije akasambaratisha ule urafiki wa dhati waliokuwa nao na ambao kwao Kanja alisifiwa hapo Siloko.

Kila siku alipopanga amuulize Boke hakujua aanze vipi. Pendo la Boke liliutamalaki moyo wake lakini kukawa kuna kovu fulani la nani baba yake Mali ya Mungu. Hali hii ilimfanya Kanja mara nyingi kukaa na kujisemesha mwenyewe.

"Mzee, kwa nini unasema peke yako?"

Boke alipenda kumshtua mumewe, Bwana Kanja.

"Aaa, Mama Eddah nilikuwa ninaimba wimbo fulani. Sizungumzi," Kanja akafanya bidii kuficha hili jambo dogo lililomkera kila kukicha lakini ambalo hakujua alisuluhishe vipi.

Leo ndipo naye Boke alikuwa akipiga darubini maisha yake na mwandani wake akawa anajikwaa kwenye wazo hilo. Wazo ambalo mara nyingi katu hakutaka limkae rohoni.

Boke alikumbuka hapo hospitalini kuwa kweli alipokuwa ni kibarua katika hoteli ya Sikito alifahamiana na Bwana Makana.

Makana pia alikuwa mhudumu hapo hotelini. Walitokea kuwa na mazoea na ukuruba. Lakini mazoea yana tabu walisema wa jadi. Boke alishtukia ameanguka katika mkondo wa mahaba siku moja. Alijuta sana lakini wahenga walisema, "Maji yakimwagika hayazoleki." Alichukua mimba hiyo akifanya kila tahadhari mume wake asijue. Hata ule wema aliomfanyia mumewe alimzidishia kumfumba macho asije akajua lolote. Hata wakati huo alipokuwa hospitalini akingojea huduma bado alijuta kuvunja ahadi walizowekeana na Bwana Kanja.

"Binadamu si malaika," Boke alijisemea.

"*Okay*," Boke alisema, kwa sauti iliyomshtua tarishi aliyekuwa hapo kando akishughulika na kuingiza taarifa fulani kwenye kompyuta. Boke alirusha macho yake manene kwenye upande wa matlai akaona maandishi makubwa yaliyobandikwa mahali. Yalikuwa na maandishi yaliyorembwa kwa usanii mkubwa. Lilikuwa shairi naye akafanya bidii kulisoma shairi hilo ili kujipurukusha na mawazo ya Mali ya Mungu na mengine ya jana yake.

Jana ina tabu

Jana ina tabu, jana ina dhiki,
Zingatia ya mbele, sizingatie ya jana
Sitazame ya jana, yatakutonesha kovu
Wahenga walisema, ganga yajayo
Kwani yaliyopita si ndwele.

Si ndwele yaliyopita hata ungayalilia
Yasikutie ghururi, yasikutie mtihani
Ya jana yashatendeka, hayana kurudi nyuma
Wahenga walisema, ganga yajayo
Kwani yaliyopita si ndwele
Kwa hivyo usiyalilie, lilia ya kesho.

Moyo usidumae kwa yaliyokufika jana
Fanya kila bidii ili kesho ufike salama
Wahenga walisema, ganga yajayo
Kwani yaliyopita si ndwele.

Moyo wako usitoneshwe kwa kovu la jana
La jana lina uchungu, la jana lina simanzi
Ukitaka furaha, zingatia la kesho
Wahenga walisema, ganga yajayo
Kwani yaliyopita si ndwele.

Mlaji ni mla leo, mla jana kalani?
Ana dhiki yule azingatiae la jana
Usiwe kama chungu alaye ganda la jana
Wahenga walisema, ganga yajayo
Kwani yaliyopita si ndwele.
(Mtunzi asiyejulikana)

Boke alisoma shairi hilo kwa mazingatio makubwa. Ni kama shairi hilo lilipiga tochi katika maisha yake ya jana. Alihiari kutazana mbele. Hakutaka kuudhiwa.

Nifreda alirejea na mkurugenzi aliyevalia viatu mfano wa malapa ambavyo vilifanya ukelele wa ajabu. Ukelele huo ulimtoa Boke katika ulimwengu wa njozi alimokuwa ametopea na kufanya makini.

"Habari mama?" mkurugenzi aliyeitwa Lotodo aliuliza.

"Salama," Boke alijibu huku akiangalia nje ya dirisha.

"Nikusaidie vipi?" Lotodo aliuliza tena.

"Nimekuja kuomba msaada wa chakula na pia kusema kuwa mwanangu ameshikwa na Jeshi la Taifa bila sababu.

"Afya yako?" Lotodo aliuliza.

"Afya yangu?" Boke aliuliza akiwa amemlenga macho Bwana Lotodo aliyetulia hapo na kumtia Boke makini yake yote.

"Eh, naona unakwenda kwa mkongojo," Lotodo alisema.

"Eeh, ni fimbo ya wakati hii," Boke alisema maneno magumu kwa Lotodo kuelewa.

"Maneno yangu ni mengi. Naomba ushughulikie hayo mawili kwa sasa," Boke alisema.

"Ni mwathiriwa wa unajisi wa makundi," Nifreda alichagiza kumwongezea Boke maelezo.

"Umekwenda popote kutafuta dawa?" Lotodo alimuuliza Boke huku akimkagua utadhani ni mwanasesere.

"Sijaenda popote," Boke alisema huku akiangalia chini kwa haya na akijaribu kuzuia machozi yasimtoke.

"Unaweza kukubali tukupeleke katika kliniki yetu," Lotodo aliuliza huku akifanya mkazo.

"Naaaa-eeee sijui," Boke alijaribu kusema maneno yaliyomkaidi kutoka kinywani.

"Lazima ukate kauli yako mwenyewe," Lotodo alimweleza.

Boke alikubali akalazwa katika kliniki sogevu waliyokuwa nayo watu wa shirika la Chunga Ndugu Yako. Baada ya uchunguzi wakamweleza:

"Una matatizo yanayoitwa nasuri, yaani, fistula," Lotodo alimweleza huku akikisoma kikaratasi kilichoandikwa na askari aliyekuwa akitoa huduma ya dawa.

Ni hali ambayo mgonjwa anashindwa kuizuia mikojo yake kwa kuwa na jipu au uvimbe wenye uwazi fulani," Lotodo alimwangalia Boke aliyeangalia kando huku akielezwa habari za ugonjwa.

"Tutakulaza hapa kwa wiki moja tukufanyie oparesheni kisha hayo mambo mengine tutayashughulikia baadaye," Lotodo aliarifu.

"Je, na mwanangu niliyekuja kumwombea chakula; Mali ya Mungu?" Boke aliuliza.

"Atakuja kuchukua chakula, lakini hebu tukushughulikie kwanza," Lotodo alimshauri Boke. Boke alilazwa. Alishughulikiwa.

🝰 🝰

Baada ya mashambulizi kutulia kidogo, shule zilifunguliwa kwa muhula wa kwanza. Katika shule ya *Lumbasa Academy* wanafunzi walifika ndi! Ndi! Ndi! Ndi! Ni vigumu kuamini kuwa wanafunzi wangejaa madarasa yale. Hapo zamani *Lumbasa Academy* ilikuwa shule iliyojaa wanafunzi. Walimu pia walijaa. Walitoka pembe zote za ulimwengu. Kulikuweko na walimu wa asili ya Kihindi wawili waliofundisha hesabu. Walimu watatu wa kutoka Uingereza na mmoja kutoka Kanada walifundisha masomo ya sayansi kama vile biolojia, fizikia na kemia. Walimu hawa wote waliishi shuleni Lumbasa. Watawa wawili nao walifundisha somo la dini na historia. Walimu wengine kumi na sita walikuwa Waafrika lakini walitoka pembe mbalimbali za nchi ya Tandika. Mwalimu Mkuu, Bwana Makau, alipendwa na wazazi na wanafunzi. Alisukuma *Lumbasa Academy* hadi ikawa nafasi ya pili katika mitihani ya kitaifa. Isitoshe, Lumbasa ilikuwa nafasi ya kwanza katika riadha na michezo ya mpira ya kandanda na netiboli. Shule jirani ziliposikia jina la Lumbasa zilitetemeka kwa mchecheta mkali. Katika maeneo ya magharibi mwa Tandika, *Lumbasa Academy* ikawa ndiyo shule ambayo kila mwanafunzi wa shule ya msingi alipania kuingia. Majengo ya shule hii ni ya kupendeza. Madarasa yamejengwa kwa msaada wa wahisani kutoka *New Zealand* na pia kutokana na michezo ya wazazi wa eneo la Rama. Uwanja wake wa mpira ulikuwa ni mkubwa. Michezo ya wilaya aghalabu ililetwa pale na kupafanya mahali pa kufana.

Lakini baada ya mashambulizi milango ya majengo ilifungwa. Wadudu ndio walioonekana wakitambaa shuleni kwa kujishaua. Hata katika mti wa mkufi, nyuki walijenga masega na kupafanya hatari kwa usalama wa binadamu. Ng'ombe wa shule walichukuliwa siku moja na kiongozi wa Jeshi la Vijana. Wote! Walikuwa saba. Hakusalia hata ng'ombe mmoja. Walichukua hata ndama. Mashamba ya shule yaliyofana kwa sukumawiki, biring'anya, pilipili tamu, pilipili hoho, dania, karoti na kabeji yalionekana kama msitu. Magugu yalitambalia shamba lile likawa kitendawili cha aina yake. Visima na matangi ya maji yaliyojengwa kwa sarufi na kampuni ya *Tafinco* yalikauka kwa kuharibiwa na watu waliotumia uwanja huo kama uwanja wa kulishia mifugo yao.

Shule ilipofunguliwa kulikuwa na huzuni iliyodhihirika kote. Mwalimu mwandamizi alifika kufungua shule. Mwalimu Mkuu alikuwa hajawahi kuonekana. Hakuna aliyekuwa na habari kumhusu.

Walimu wachache waliokuwa wenyeji wa Rama walifika katika chumba cha walimu. Kulikuwa na watu wachache wakisema kwa woga na kushukiana. Kufikia saa nane wanafunzi kumi ndio waliofika hapo shuleni. Mwalimu mwandamizi akawashauri wakae darasani wasome.

Wapishi wa jikoni walifika. Selah alikuwa miongoni mwao. Pia nao walionyesha wasiwasi wa dhahiri. Selah aliandaa chai kwa hao wanafunzi waliofika. Mlezi aliyeitwa Chemkung alikuwepo lakini akawa pia amekuja kuacha kazi. Hakutaka kusema mambo mengi. Alichelea masikio yasiyoweza kuonekana.

"Hii kazi sidhani kama nitaiweza," Chemkung alimweleza Naibu wa Mwalimu Mkuu.

"Sawa," Naibu wa Mwalimu Mkuu hakuona sababu ya kumzuilia mtu kufanya alivyotaka katika hali kama ile ya kutatanisha hasa baada ya mlezi kumweleza alivyoshambuliwa kwake nyumbani usiku na genge la watu likamtisha kwa panga na mishale.

"Afadhali uzima kuliko kazi, baba," mlezi aliyeonekana hata amepita umri wa kufanya kazi alimweleza Bwana Machoka, Naibu wa Mwalimu Mkuu.

Mabawabu wawili kati ya saba ndio waliofika siku ile. Wengine walijiunga na Jeshi la Vijana.

Hao waliofika walikuwa wazee. Mmoja alikuwa na miaka sabini. Mwingine alikuwa na miaka sitini hivi. Wakati mashambulizi yalipokuwa yakivuma hapakuwa na bawabu ambaye angethubutu kuwa shuleni kulinda kitu. Si ajabu milango, madirisha na vitu vya thamani viling'olewa na miti ikakatwa. Shule ikawa katika maombolezo makubwa. Viti, kompyuta, na mifugo, vyote vilikokolewa vikaingia katika fidia waliyotaka hao Jeshi la Vijana.

Selah, aliyekuwa na mwanawe akisoma hapo *Lumbasa Academy*, hakuamini kuwa shule hiyo ingeendelea. Hakuna jinsi wafanyakazi wote wangerudi kufanya kazi kama zamani. Walimu wengi walipiga simu wakasema wako uhamishoni. Hawakujua hali yao ya baadaye. Mwalimu Chesang aliyefundisha somo la Jiografia alisema ametobolewa macho na kukatwa mikono hata kama angerudi hangekuwa na uwezo wowote wa kufundisha.

"Pole," Naibu Mwalimu Mkuu alimwambia asijue neno jingine la kuongeza.

Jioni ilipofika shule ilionekana ikiomboleza hasa. Kelele za wanafunzi wakifungua shule hazikusikika. Sehemu ya bweni ilifungwa. Hii ndiyo sehemu iliyoathirika sana na uporaji. Kuliporwa magodoro, vitabu na masanduku ya wanafunzi. Hapana hata mwanafunzi mmoja wa bweni aliyefika. Naibu wa Mwalimu Mkuu alitumbulia macho yake barabarani.

Alitarajia shule yake kuvuma tena kama zamani. Lakini yote haya yalitegemea wakati.

Hospitali kama shule ilijiinamia kwa huzuni. Hospitali hii na shule zilikuwa kama watoto pacha wa misheni ya kanisa la Kiangilikana la Lumbasa. Misheni hiyo ilijengwa mnamo 1920 na Wazungu. Ilijaribu kusambaza neno la Mungu. Katika juhudi za kupanda mbegu katika mioyo ya watu, walijenga shule na hospitali. Kwa muda mrefu, hospitali kama shule, vilikuwa vituo maarufu kwa waumini wa madhehebu ya Kiangilikana na umma mwingine. Ukitoka upande wa juu utaona hilo kanisa kubwa lililojengwa kwa matofali yaliyochomwa kwa tanuri la moto hadi likawa gumu kama jiwe. Kengele inayowaita waumini kwa sala inaning'inia katika sehemu ya mnara. Milango ya kanisa imejengwa kwa mbao za mikalatusi iliyomea ovyo bila kujali katika uwanja uliozunguka jengo la misheni ya Lumbasa.

Ni upande wa pili wa kanisa kulipojengwa nyumba za watumishi wa Mola. Sambamba na nyumba zao, kukawa na hospitali. Milango yake ilikuwa bado imefungwa hata baada ya kuja Jeshi la Taifa. Hospitali kubwa hiyo ni kama ililala usingizi usio na bughudha. Ingefunguliwa vipi? Watu walipovamiwa walielezwa wazi wasiende hospitalini.

Boke alikumbuka alipovamiwa na kundi fulani akawa amefanyiwa kila aina ya vitimbi. Hapo ndipo alipopokea maneno yake ya mwisho.

"Usijaribu kwenda hospitali," kijana mdogo wa jirani yake aliyekuwa na umri wa Mwita na ambaye alishika hatamu ya mwisho katika kumfedhehesha alimweleza.

Boke hakuelewa vile alivyokuwa amepigwa na butwaa kwa mambo waliyomtendea na kuuliza kwa ghibu:

"Kwa nini nisiende?" Boke aliuliza.

"Ukienda tutajua. Na tukijua tutarudi. Na tukirudi hatutaki kukueleza tutafanya nini kwani si unajua tu?" Yule kijana ambaye aliitwa pale Siloko, Mambo alimweleza na kumuuliza Boke huku akimtomasa kwa kidole chake cha shahada cha mkono wa kushoto. Mkono wa kulia ulishika bunduki ya rashasha.

"Umesikia wewe mama?" Mambo alimuuliza tena Boke; mama aliyempikia akala yeye na Mwita.

"Nimesikia, mwanangu," Boke alisema.

"Mimi si mwanao. Ukijaribu kuniambia hivyo tena utaona nitakavyokusaga hadi uwe kifusi," Mambo alisema kisha akaamrisha lile kundi likaanza kutoka.

Kundi lilitoka, Eddah akawa yuko hapo mkekani. Hajijui, hajitambui analia na kugaragara kwa uchungu huku akiyalaani maisha yake. Mori zilizomshika zikawa zinalipuka kama fataki.

Siku iliyofuata Eddah alienda hospitalini. Hakutaka kufuata maagizo ya kundi lililomdhulumu. Alipata muuguzi mmoja. Wengine walikuwa wameamriwa kurudi makwao. Alipofika pale madukani, Eddah akaelezwa na mvulana mmoja:

"Umeonekana ukienda hospitalini utakiona. Utakunywa mchuzi kwa unyoya wa kuku."

Eddah hakuthubutu kukaidi amri ya lile Jeshi la Vijana. Hata wahasiriwa wengine hawakuthubutu kwenda hospitalini. Walikaa nyumbani na wengine wakakimbiza nafsi zao. Wawe wazima wako nyumbani. Wakiugua wawe nyumbani. Wakitaka wagure. Wakigura hivyo ndivyo jeshi lilivyotaka.

Hospitali hiyo ya misheni kama shule ilivunjwa wakachukua dawa, kompyuta, magodoro na vitu vingine vya thamani. Lilikuwepo jengo lakini hilo jengo lilikuwa hadaa. Hospitali haikuwepo tena kwani iliporwa na ikanusurika kuchomwa moto usiku fulani. Kumebaki jengo pekee. Sasa hospitali hiyo ilikaa kama sanamu. Hata serikali ilipoanza kuifufua hapana mtu aliyetaka kwenda mle ndani. Hungejua anayekutazama uingiapo. Selah alishangazwa na Jeshi la Vijana. Hata ukasema jambo ukiwa ndani ya nyumba yako walijua. Ukiwa na pesa walijua hadi kiasi chenyewe. Si ajabu baadhi ya watu waliamini Jeshi la Vijana licha ya nguvu za bunduki na mishale, lilitumia dawa. Meja -K aliweza kutembea sokoni akiwa anawaona watu lakini wakiwa hawamwoni. Hata Jeshi la Taifa lilipojaribu kumshika mara tano lilishindwa. Walikuwa wanamlenga risasi hazimpati nazo zinaelekea upande mwingine. Kila mara alifika Lumbasa sokoni kununua vitu lakini watu wangejua alikuwapo baada ya kuondoka. Askari walimtafuta wasimwone. Selah alishangaa alipoelezwa kuwa huyu Bwana Meja-K alimtembelea mama mzazi wakasema naye huku sehemu fulani ya mwili ikionekana.

Alikuwa kama jini. Alikwenda Dunga. Alikwenda Ulaya. Alikwenda Marekani. Ilikuwa vigumu kutambuliwa. Masimulizi kumhusu Meja-K yalitisha kweli. Ilisemekana Meja-K angekuwa katika mikutano miwili au mitatu kwa pamoja. Alitisha watu. Aliogopesha watu.

🝖 🝖

Jumanne moja Nifreda alifika ofisini akiwa amechelewa. Alichapuka barabarani. Nyuma yake aliona mtu anakuja kwa kasi hali amevaa matambara. Kichwani alitia kaptula kama kofia. Kaptula hii ikafanya ugumu wa kumtambua.

"Ua! Ua! Ua! Tuum trum! Nyuki! Nyuki! Nyuki! Nyuki!" alilia huyo mtu akiwinga nyuki. Mtu huyo alimpita Nifreda huku akiwafukuza nyuki. Alipaza sauti akalia na kujaribu kupiga mbio hali kadhalika.

"Nyuki! Nyuki wananiuaa! Nyuki!"

Huyo alikuwa Jumaa Mambo. Alirudi nyumbani hali yake batebate, hajijui hajitambui. Anasema ovyo anakula ovyo. Mama yake alistaajabu. Mwanawe alikuwa imara amefikwa na nini? Hajamkosea mtu. Ni mtoto mwaminifu. Alipenda wazazi. Alipenda majirani. Labda mtu amemfanyia dawa zikawa zinamzuzua.

Moyo wa Nifreda uliloa kwa huzuni. Hakuona jinsi dunia inavyoweza kumcheza mtu shere hivyo. Alikumbuka usiku Jumaa alipofika kwao nyumbani na genge la watu kuwafanyia vitendo vya kinyama. Nifreda aliapa kutomsamehe katu. Itakuwaje mwenzangu, Jumaa anitendee mimi na hata mama yangu kitendo kile? Alikula kwetu. Nilikula kwao. Nilikuwa nikienda kwao na tuliazimana vitabu vya kusoma. Ni kama wazazi wake na wangu walitulea pamoja. Tulikuwa pamoja. Tulikuwa jamaa.

Mnong'ono wa kwanza ulipoanguka masikioni mwa watu kuhusu visa vya Jumaa, mama yake alitanua kinywa akasema:

"Si mwanangu kamwe! Mwanangu nimemtia shule na akashika adabu. Hawezi kushiriki katika visa kama vile vya ujambazi."

Watu waliacha kumweleza Monica, mamake Jumaa Mambo mambo yoyote kuhusu kadhia za mwanawe. Lakini leo, walimsengenya. "Mwanawe analala porini kila siku analia kama mlio wa bunduki au bomu. Halafu analia kilio cha mtu anayeuawa. Amechoma nyumba yao mara mbili sasa. Kama si wahisani kusaidia kuzima moto wa nyumba yao, mamake angekuwa katika watu waliochomewa nyumba. Tofauti yake ingekuwa kwamba nyumba hii angechomewa na mwanawe mwenyewe. Hata ni mara ngapi Jumaa alitisha kumnajisi mama yake mzazi? Mara kadha kilio cha mama yake kikali kilimwokoa. Baba yake amemwonya hasikii.

"Nitakunyonga," baba alimweleza Jumaa. Alitoka nje kama paka mapepe akawa anamwinda baba naye baba anamwinda; wakawindana.

Nifreda alishangaa jinsi wakati unavyoweza kulipa matendo ya mtu aliyoyafanya jana. Alikubali kweli wakati una fimbo kali na malipo ni humu humu duniani, ahera huenda hesabu. Sasa Jumaa amepigwa fimbo ya uwazimu. Anazunguka barabarani akiigiza tamthilia ya mashambulio waliyokuwa nayo. Vitendo vya Jumaa vilimkumbusha Nifreda ile siku baba yake alipofanyiwa hiana. Hakuwa na wa kumnusuru. Sasa maisha yalimwendea Jumaa upogo. Leo nao wanahisi wanakereka, wanalia, licha ya kuwa ni Wasululu.

Nifreda aliingia katika ofisi ya shirika lao. Watu waliotafuta msaada walipiga foleni. Wakaanza kusikiliza aina ya malalamishi. Baadhi maombi yakawa katika uwezo wao wa kutenda na mengine yakawa nje ya uwezo wao. Lakini yale ambayo hawakuwa na uwezo nayo wakaelekeza watu mahali pa kuyapeleka ili wapate kusaidiwa.

SURA YA KUMI NA MOJA

❥

Boke aliangalia upande upande ili kumwona msemaji. Hakumwona msemaji huyo. Lakini alijua ni nafsi fulani, nafsi ya wakati. Boke alikaa hospitalini. Baadaye akaelekea nyumbani akiwa buheri wa afya. Alishukuru.

Boke alilala katika kliniki siku moja. Macho yalielekea juu darini. Alikuwa hapepesi. Dakika chache zilizopita alitoka katika oparesheni yake ya kumwondolea nasuri. Ndani ya moyo wake alioshwa na wimbi la furaha kwamba atatangamana tena na watu bila kuwakera na mnuko uliowachachawiza na kuwapa usumbufu. Akili pia zilienda kwa mwanawe Mwita, aliyekuwa anaozea katika jela baada ya kuhukumiwa kifungo cha maisha. Boke alikuwa ameapa kuipeleka Serikali ya Taifa mahakamani ili kutafuta haki ya mwanawe. Aliamua apone kwanza ili afuatie mambo mengine akiwa buheri wa afya. Boke anakumbuka alipotaka kuona kama atafanya kazi hotelini hapo Mikindani ili amsaidie mwanawe Eddah katika kushughulikia mzigo wa nyumba yake. Aliona mwanawe peke yake hangeweza. Mali ya Mungu, baada ya kutoka Dunga alipokuwa akifanya kibarua, sasa hana kazi wala bazi, anakaa tu nyumbani kama jiwe mlimani. Anakumbuka kumbishia tajiri wake wa awali Bwana Sikito. Tajiri huyu mara chache alimpa kazi za vibarua.

"Karibu," alisema tajiri.

"Ahsante, Bwana mkubwa," Boke alisema.

"Umepotea baada ya msukosuko ule," Sikito aliuliza.

"Nilimpoteza mume wangu katika rabsha hiyo," Boke alieleza huku akijikaza kuzuia machozi.

"Pole. Vipi sasa?" Sikito aliuliza.

"Natafuta kazi," Boke alisema.

"Mbona, mama nakuona ukiwa mnyonge?" Sikito alimuuliza Boke. Hali yako ni kama ya mtu mgonjwa au vipi?"

"Ninaweza kufanya kazi. Afya yangu si mbaya vile," Boke alitoa tathmini yake mwenyewe.

Sikito alimtazama. Mwili wake umeparara ukawa na rangi ya kijivujivu. Hakuamini ni yule mwanamke aliyekuwa amewanda na aliyekuwa na ngozi iliyong'aa kama lulu. Siku zake akicheka kwa matamanio. Lakini sasa amejihurumia kama makiwa.

Alianza kazi. Boke ni mtu wa bidii kazini. Mara hii alishindwa zile panda shuka za kazi ya hoteli. Wenzake wakawa wanalalamika. Wateja wakawa wanalalamika. Ule mnuko wake uliwapa watu kutotaka kuingia hotelini. Awali aliwavutia wateja kuja hotelini. Leo aliwafukuza kwa mnuko wake uliokuwa mkali. Mnuko mfano wa mikojo ya chaani. Wateja walilalamika malalamiko yakamfikia Sikito. Sikito akamshauri aende atafute tiba kwanza.

"Ukipona utarudi, mama, tunakujali, tumekupenda," Sikito alimwambia.

Boke alitoka na hiyo pochi yake nyeusi. Alijisikia kulia lakini alijikaza kwa jinsi mwajiri wake alivyomsemesha kwa heshima na kumpa pesa za miezi minne. Alipofika njiani machozi yalimtoka njia mbilimbili. Alilia bila kizuizi. Aliona kukataliwa kijanja. Aliona kutengwa kwa sababu isiyo yake. Kama hangenajisiwa hangekuwa katika hali ile. Alijikaza. Alijenga matumaini yake tena ya kuona kesho bora; kesho ya heri.

Alipokaribia nyumbani akafuta machozi akabandika furaha usoni. Hakutaka kumletea Mali ya Mungu majonzi. Alitaka shida yake iwe yake asiwaingize wanawe.

Leo lakini alikuwa amekumbukwa na Maulana. Mungu wa jana, Mungu wa leo. Mungu wa kesho. Ni Mungu wa wageni na wenyeji. Mungu anayependa wabaya na wazuri maana wote ni watoto wake. Ukitaka umpende Mungu huyu, hata wale wawi mpaka uwasamehe na uwapende. Boke aliwazia mambo anuwai kwa taamuli.

"Sijui kama nitawasamehe," alisema hapo kitandani alipolala chali.

Amelaza kichwa chake kwa mikono yake kama kwamba ni mto.

"Lazima uwasamehe ili Maulana naye akufungulie milango ya baraka," sauti fulani ilimweleza Boke kwa nguvu huku picha ya Jumaa Mambo ikipita akilini mwake.

Mwaka mmoja baada ya Boke kutoka hospitali mahusiano ya Eddah na Mulota yalipamba moto. Walitoleana ahadi ya kuoana. Lakini ikawabidi waone wazazi wapate ruhusa yao. Mulota na jamaa zake wakatuma habari kuwa wangeenda kwa Boke siku moja.

Boke alisubiri wageni akiwa na furaha tele moyoni. Eddah na Nifreda walikuwa wanatayarisha ukumbi uliofanywa hapo nje. Walikodi hema jeupe kwa ajili ya wageni kuja kukaa. Meza mbili zilikuwa zimetandikwa vitambaa vya samawati. Mali ya Mungu naye alishughulika kutafuta soda madukani. Kaimati walizitengeneza pale nyumbani. Mama Nifreda na Bi. Ngata, walikuja pia kumsaidia mwenzao kupika usiku. Bi. Ngata alikuwa maarufu kwa upishi.

"Wageni?" Bi. Ngata aliuliza huku akiangalia kovu la Boke la shavuni alilopata siku moja aliposhambuliwa. Kovu hilo lilipona. Lakini hufika wakati mwingine likawasha, likaanza kutumbuka usaha.

"Wageni!" Boke alijibu swali la mwenzake huku amemtumbulia macho makali.

"Lo! Mungu ni wa ajabu," Bi. Ngata alisema akimtazama mwenzake huyo.

"Ni wa ajabu kweli," Boke alisema akijikuna kwenye kovu la shavuni.

"Itabidi umpelekee daktari akuangalie," Bi. Ngata na Selah walisema.

"Naam. Nitampelekea wiki ijayo," Boke alirudia ushauri.

"Mpenzi wa Eddah, huyu ajaye leo ameninunulia dawa ya kupaka," Boke alisema tena akicheka.

Mali ya Mungu alifika na kisanduku cha soda na maziwa. Alikuwa amezifunga kwenye kiti cha mizigo katika baiskeli. Aliwapa Bi. Ngata na Boke maziwa kwa ajili ya kutayarishia chai. Sasa, Mali ya

Mungu aliambiwa aende akawasubiri wageni ili awaonyeshe njia wasije wakapotea. Mali ya Mungu naye anajua kutumika sana. Alivaa kitanashati akatoka, wakati huu bila baiskeli.

Mali ya Mungu alipanda hicho kilima hapo nyumbani. Akaelekea kwenye barabara kuu ya Mamboleo alikotarajia wageni. Hapo muuza gazeti, Bwana Abuu, alimuuzia gazeti la *The Daily Telegraph* akaanza kusoma huku akisubiri wageni. Abuu ni muuza magezeti maarufu. Si mwenyeji wa Rama. Ni mhanga wa mashambulizi ya jana na ya leo. Mashambulizi yanapochacha hupotea. Yakipoa anarudi. Alikuwa kama wingu.

Alikatwa! Alama za panga zinaonekana usoni. Alama hizo humpa sura ya nguruwe mwitu.

Sikio la upande mmoja limekatwa pia. Wakati mwingine ni vigumu kusema naye. Ukitaka kusema naye mpaka upige kelele kweli. Hapo sokoni Mikindani aliitwa duko maana hasikii. Ukitaka vizuri unamwashiria ili asikupe adha ya kusema kwa sauti ya juu.

Saa nne kamili wageni walifika. Mulota alifika kwa gari la *pick-up* na watu wake. Mali ya Mungu aliingia katika *pick-up* hiyo akawaelekeza nyumbani kwa Kanja.

Wageni walikaribishwa nyumbani. Mazungumzo ya ukwe yakaanza. Boke hakuamini yule mpenzi wa mwanawe ndiye aliyetajwa katika mashambulizi mengi pale Siloko. Lakini akakubali ya jana yamepita. Alishughulikia ya leo. Mambo mengi aliamua kumwachia Mungu. Wageni walitumbuizwa. Wakafanya yote kwa utaratibu na hivyo wakawafungulia njia mwafaka Eddah na Mulota kuoana. Walipewa baraka za wazazi wakahimizwa kuendelea na mipango yao mingine ya ndoa.

SURA YA KUMI NA MBILI

❧

Ilikuwa Jumapili asubuhi Belinda na Amina waliposhughulikia kazi zao pale katika klabu cha Nyota ya Mlimani. Walifanya kila juhudi kuzoa chupa za usiku uliotangulia. Kuna zile chupa zilizopasuliwa na walevi. Vijana waliohudumu katika Jeshi la Vijana walipenda kuja Nyota ya Mlimani lakini walipolewa walipigana na kuvunja chupa ovyo ovyo.

Wakati ambapo Meja-K alikosa kuja nao, walifanya fujo kubwa. Amina aliosha glasi zilizokuwa katika beseni ya plastiki nyuma ya jengo la *Nyota Plaza*. Belinda hakuzungumza sana. Alikuwa bado na ulevi kichwani. Amina alikuwa shupavu hata alipolewa vipi pindi akilala hata kwa sekunde moja, ulevi huwa umemtoka na huwa yuko tayari kufanya kazi. Belinda na Amina walikuwa hawajakaa sana Nyota ya Mlimani. Wamekaa miezi miwili lakini wamekuwa maarufu kwa wateja. Wateja wengi walipenda walivyoendesha baa ile. Walifanya kazi kwa bidii. Walijua jinsi ya kusema na wateja kwa tabasamu tele tele. Katika Nyota ya Mlimani kulikuwepo pia na Zainabu na Leah. Lakini Leah alipenda fujo na kusemesha wateja kwa makeke. Zainabu naye alipenda kukasirika. Alipotumwa mahali ambapo hakupapenda, hakutoa huduma ipasavyo.

Belinda alikuwa ni mfupi wa kimo. Alipenda kuvaa sketi ndefu iliyomfika miguuni na hata kugusa chini. Alikuwa mcheshi, jicho lake lilipenda kuangaza ukumbi wa baa ili kuchukua habari za wateja vizuri.

Amina alipenda kuvaa suruali ya '*jeans*' iliyoandikwa *KINGS* juu yake. Alivaa fulana ya mikono nyeupe iliyochorwa picha ya Rais wa Marekani Obama. Alikuwa na macho ya haya. Alipenda kuangalia kando huku akimpa mteja sikio lake. Alipenda vilevile kuinama ili kusikiliza wateja. Wote walisema walitoka sehemu ya Ukae. Waliingia Rama huo wakati wa vimbwanga; wakati wa kutisha.

Nyimbo zilipoimbwa katika kinanda cha klabu cha Nyota ya Mlimani ziliwavutia Belinda na Amina. Walipokuwa hawana wateja wa kuhudumia, walicheza kwa miondoko ya kuvutia huku wakidhihirisha mikogo yao mipya katika densi zao. Wakawa wamevutia wateja kuja kucheza nao kila jioni. Si ajabu waliachiwa pesa na wateja. Meja-K alipofika pale klabuni alipendezwa na Belinda. Jioni moja tabasamu ya Belinda ilimwakia usoni pake. Meja-K alikuwa ameanza kulewa na walinzi wake wakawa na wasiwasi wakataka kumrejesha kambini. Meja-K aliganda klabuni hadi milango ilipofungwa. Kila Ijumaa Belinda akawa ni sababu ya kumleta Meja-K katika klabu kile kile cha Nyota ya Mlimani. Ingawa watu wengi walimwogopa Meja-K, kwake Belinda walizoeana. Kila Meja-K alipokuja, walikaa, wakacheka hata kunywa pamoja. Kazi ikaachiwa Zainabu ama Amina. Nao wenziwe walishindwa kulalamika walipojua Meja-K ni kaa la moto. Liliweza kumchoma mtu. Liliweza kumuunguza.

Siku moja Belinda alimweleza Meja-K: "Nitakuja kukuona. Nikupate wapi? Penzi langu kwako lanisumbua," alisema kwa macho ya kulazia yaliyoroa mahaba akiwa amemtia Meja-K kiganjani.

"Utanipata tu. Vijana watakuleta," Meja-K alisema, kidogo kwa tahadhari.

Meja-K aliwaambia vijana aliokuwa nao kumfikisha Belinda kambini wakati atakapotaka kumtembelea. Belinda hata hivyo alionekana kama aliyetishika.

"Usijali," Meja-K alimrai Belinda.

"Naogopa bunduki mimi," Belinda alisema kwa sauti nyororo kama ya mtoto mbichi.

"Bunduki ni kitu cha kawaida, usiogope," Meja-K alihimiza huku akionyesha kulewa.

Siku zilipoendelea kupita watu walitishwa si haba na vituko vya Meja-K. Wakati huo huo uvumi wa serikali kumwaga Jeshi la Taifa lililojulikana kama "Fanya Fujo Uone" au "FFU" kwa kifupi ulienea. Ni Jeshi lililoogopewa kama jinamizi. Watu walizungumzia Jeshi la Taifa bila kuchoka. Waliona ndilo litakaloleta mabadiliko na kuwaletea usalama. Jeshi hili lilikuwa kama shubiri. Ni dawa lakini vilevile ni chungu. Kumbukizi ya miaka ya nyuma kuhusu jeshi hili ziliendelea kuvamia mawazo ya watu. Jeshi hili lilimpiga mdogo. Lilimpiga mzima. Lilimpiga mgonjwa na anayeugua.

Belinda akiwa kazini akafanya mazoea ya kwenda kwa Meja-K na kurudi. Wakati mwingine alienda huko na Amina. Kama Belinda, naye akajishindia kamanda wa kikundi cha Jeshi la Vijana. Wote walikuwa wageni walioheshimika. Siku walizokwenda huko walipita langoni kwa urahisi. Walipata kufahamu makazi yote ya Meja-K. Walijua alikokwenda kufanya mikutano au alipopumzika kama hakutaka kusumbuliwa. Ghafla, Amina na Belinda wakapotea. Punde si punde wakarudi na vikosi vya Jeshi la Taifa kumsaka Meja-K.

Jeshi la Taifa lilijimwaga mabarabarani kama gharika la Nuhu. Lilikuwa nalo na oparesheni kali ya kudhibiti Jeshi la Vijana. Jeshi la Vijana lilikuwa limetishia maisha ya watu si haba. Hasidi wa hilo jeshi aliuawa. Mtu alipoamka hakujua angepewa jukumu lipi la kufanya. Mtu aliomba tu jukumu alilopewa lisimshinde. Likimshinda basi kitendo hicho kingemtoa urafiki na kumtia uadui. Hata watu waliofurahia Jeshi la Vijana mwanzo walianza kuliogopa kwa ajili ya majukumu yake.

Kabla ya Jeshi la Taifa kuwasili, watu walichelea kufanya shughuli yoyote kubwa ya kuleta pesa nyingi. Vituo vya kibiashara kama Mikindani, Lumbasa vilijiinamia kwa huzuni. Ilipofika saa kumi na mbili vilinyamaza visiseme lolote. Kila mtu aliingia katika kiota chake likimpata limpate kiotani wala sio katika klabu au barabarani. Zamani watu walikunywa pombe wakaimba barabarani lakini sasa usingemsikia yeyote akiimba. Ni wazimu mmoja peke yake aliyesikika hapo Lumbasa, akiimba na kupiga mbinja, na kulia kama paka. Watu wengi waliamini kuwa mtu huyo alikuwa mzuka. Kuna imani kuwa huyo mtu alikufa katika vita vya awali, akafufuka na angeweza kujigeuza na kuwa paka alipowaona vijana wakizuru na kutafuta wahalifu.

Jeshi la Taifa lilipotia guu lake Rama uhai ulirudi. Wafanyabiashara walianza kurudi masokoni. Watu waliokuwa kwa jamaa zao wakarudi nyumbani. Msimu wa upanzi uliokuwa umechelewa ulipigwa jeki. Matrekta yalilima katika mashamba. Nayo kelele ya watu wa kuswaga ng'ombe wa kulima ikasikika katika baadhi ya mashamba.

Ndege waliotishwa na bunduki zilizokuwa zikijamba usiku kucha walianza kuimba kwa furaha. Hata punda wa mizigo waliowindwa na kuchelea kulia sasa walilia.

"Hii! Hoo! Hii! Hoo!"

Watoto nao walicheza michezo yao. Wavulana kwa wasichana waliigiza nyimbo zao za tohara. Wavulana walicheza michezo ya mashambulizi wakiliigiza hilo Jeshi la Vijana. Makanisa yaliyofungwa yalifunguliwa. Yale makanisa yaliyochomwa yalianza kuezekwa tena na wafuasi kuanza kumiminikia humo. Rama ilikuwa mithili ya ardhi yabisi iliyopata mvua na kisha uzima ukarudi.

Lakini Jeshi la Vijana lilibadili mbinu. Baadhi ya vijana waliingia wakajichomeka miongoni mwa watu wa kawaida. Walisikiliza habari zao na za jeshi jipya wakajua namna ya kupanga mipango yao. Ile nafuu kidogo ikatoweka tena kama wingu jepesi la mvua. Jeshi la Vijana likaendelea na visa nalo Jeshi la Taifa likaendelea na oparesheni. Wale vijana ambao hawakuwa katika Jeshi la Vijana walishikwa na hata kuuawa. Jeshi la Taifa lilisafisha miji. Lilipata ugumu wa kutofautisha waliyemtaka na wasiyemtaka. Huu nao ukawa ndio wakati Mwita aliposhikwa na Jeshi la Taifa akitoroka upande mmoja na kuingia upande wa pili wa wanajeshi. Wanajeshi la Taifa waliingia msituni wakakata mti kila walipoushuku mti huo. Vile vigelegele vilivyopigwa vikageuka na kuwa vilio.

"Wanetu wauawa bure bila ushahidi," vinywa vya wananchi vililalama kwa kukereka na fujo na vitimbi vya Jeshi la Taifa. Vilio vilielekezwa serikalini. Jeshi la Vijana nalo lilipopata fursa lilifanya mashambulio.

Baadhi ya visa vya Jeshi la Vijana vilitia Jeshi la Taifa wehu. Jeshi la Taifa kwa udi na uvumba likatafuta vikundi vya Jeshi la Vijana. Hatimaye Meja-K alipigwa risasi ya kidarini.

Jeshi lake likasambaratika. Sehemu fulani ya jeshi ikakimbilia nchi jirani. Sehemu nyingine ikajificha wakiwa na silaha hatari. Sehemu hii iliyokwenda mafichoni imekuwa ikifanya mashambulizi hadi leo. Hata hivyo vijana wengi walijisalimisha kwa Jeshi la Taifa.

"Tulihadaiwa," alisema kijana mmoja aliyeitwa Mambo.

"Mlihadaiwa na nani?" wanajeshi walimuuliza huku wakiwa wameuweka mtutu wa bunduki kinywani mwake.

"Na Mwamba. Haya yalikuwa mashambulizi ya Mwamba. Sisi sehemu yetu ilikuwa ni ndogo."

"Vipi?" Zozo aliyesimamia Jeshi la Taifa alimuuliza Mambo.

"Mimi nilitoka shuleni kuingia jeshini," Mambo alieleza huku akifanya kila mbinu ya kutafuta msamaha.

"Eeehe endelea," Zozo alimhimiza Mambo kutapika kila siri waliyohodhi vijana matumboni mwao.

Vijana walisema ukweli na hata uongo wakichanganya. Mambo yote waliyoyasema yalilichanganya Jeshi la Taifa. Baada ya siku za hatihati, mazishi ya Meja-K yalifika. Mazishi ya Meja-K yalikuwa Jumapili. Mwili wake uliombwa na mamake mzazi. Mama ya Meja-K, Kimaka, kwa siku nyingi alifika katika kambi ya Jeshi la Taifa kuwataka wamruhusu kumzika mwanawe.

"Mmemuua nipeni mwili wake niuzike," Mama Meja-K alisema kwa kuchanganyikiwa kwingi.

"Huu ni mwili wa serikali," alielezwa na askari mmoja.

"Hiyo ni nini?" Mama Meja-K aliuliza.

"Hiyo ina maana kuwa huo mwili hautazikwa hadi serikali itupe idhini," askari alimweleza.

"Amekufa, fanyeni mtakayo," Kimaka alisema huku akilegeza mkanda aliofunga tumboni.

"Wewe mama, hukujua mwanao alikuwa jambazi sugu? Aliua watu wengi wasiokuwa na hatia. Hata alitupa watu hai katika mahandaki," askari alisema huku akiwa amemwelekeza mama Meja-K kidole.

"Usinielekeze kidole, Bwana mkubwa. Dhambi za mwanangu usinifungie mimi. Mwanangu alikuwa mtu mzima. Alikuwa radhi kufanya lile alilopendezwa nalo," Mama Meja-K alisema.

"Lakini wewe kama mama yake ulipaswa kumshauri. Wewe ulifurahia aliponajisi na kuua watu kama wanyama wa mwituni?" askari alimweleza.

"Wewe unafaa kufungwa!" askari alitisha.

"Mwanangu, tayari nimeifunga roho yangu. Mwanangu ametumiwa na Mwamba kama chombo cha ubinafsi wake. Hujui nimefikiria nini, hujui nimekosa kulala siku ngapi? Hujui ukisikia mwanao akisikika anaua na kunajisi unafikiria nini? Usidhani ni jambo ninalolifurahia. Usinione ukadhani ninacheka. Kilio changu kiko ndani. Hujui mashambulizi kama haya yalivyouzima uhai wa mume wangu, nikabaki nikisota na ulezi wa wanangu. Hulijui donda la moyoni mwangu, donda ambalo limeacha kovu moyoni mwangu. Inahitaji werevu kuelewa hali hiyo. Lakini wewe fanya kazi uliyotumwa na mkubwa wako," Kimaka alimwambia askari akaondoka kwa hasira huku akimilihi wimbo wa huzuni na mikono yake ikiwa kichwani.

Baadaye askari walimwita na kumpa mwili wa mwanawe. Leo alipanga mazishi ya mwanawe. Matanga yalihudhuriwa na watu wengi. Ungedhani aliyekufa alikuwa waziri. Watu wengi walikuja kumwona huyo mtu aliyeogopewa na kila mtu Rama. Kutamka jina lake kulitosha kuingiza baridi katika miili ya watu. Alichukiwa na vilevile alipendwa. Waliomchukia walimwita muuaji, myang'anyi na mnajisi. Waliompenda walimwita shujaa aliyetia nchi tumbo joto kwa visa vyake. Watoto waliozaliwa baada ya yeye kuingia msituni na kuanza oparesheni, waliitwa Meja-K.

Katika mazishi walijitokeza wanawake kumi na watano waliosema walikuwa ni wake zake. Watu walipigwa na mshangao kusikia mambo waliyosema hao wanawake walioolewa na mtu aliyeogopewa kama nduli. Wanawake hao walizungumzia uzuri wake, ukarimu wake, huruma yake na lengo lake la kuikomboa Rama kutoka mikononi mwa wanyang'anyi na wafisadi.

"Alikuwa na *vision*," alisema Malkia, kwa ujasiri mkubwa. Baadhi ya watu walimpigia makofi. Baadhi walimzomea.

"*Vision* yake ilikuwa ni kukomboa watu wanyonge walioonewa kwa miaka mingi," aliongeza Malkia aliyekuwa mmoja katika wakeze Meja-K.

"Keti chini! Shika huyo!" Watu walioghadhabika walimpigia kelele huyo mke wa Meja-K. Malkia alikaa chini kwa kelele za watu kumzidia. Watu wengine walitaka kumpiga hasa wale ambao walikuwa wahanga wa oparesheni za Jeshi la Vijana. Alikuwepo Bwana Mmoja Zola aliyekatwa masikio kwa ulevi wake na kwa kuonywa na Jeshi la Vijana mara tatu. Alighadhabishwa na maneno ya mke wa Meja-K.

Wakati wa kumzika Meja-K ulipofika mhubiri aliwaita watu wa kuubeba mwili hadi kaburini. Watu walishangaa kuona jinsi vijana walivyoshindana na kupigana kulinyanyua jeneza la Meja-K ili kulipeleka shimoni. Kitendawili cha maisha kikajiri. Shimo alilotupa nafsi za watu akatupwa yeye pia. Mashamba aliyopigania akayaacha na wengine. Ukuni ukaungua badala ya mpishi. Mpishi akabaki anapika na kustarehe lakini ukuni ukachomeka na kuwa kaa. Vijana walisaidiana kushika hilo jeneza zito lililofungwa kamba kumi na mbili nalo likashuka katika upotevu. Swali likabaki katika nyoyo za watu: mwanadamu anapigania nini na mwenzake? Baada ya kuteremsha jeneza lake vijana wakateremsha mchanga. Mama yake alikuwa karibu na hilo kaburi na marafiki zake.

Mazishi yake yakaleta furaha kwa makundi fulani na huzuni kwa watu wengine kama mama yake.

Milka, Boke na Selah hawakuamini kuwa ni Meja-K huyo aliyeshuka katika upotevu.

Aliwasha moto Rama uliomchoma akateketea. Milka alikumbuka tena siku Meja-K alipofika mwenyewe kumuua mumewe Chifu Ngata. Alionekana kama kifaru wazimu.

Hakuweza kusikiliza lolote. Hakuweza kumsamehe yeyote, "Ni yeye kweli humo shimoni au ni mwingine?"

Milka alijiuliza akisikiliza kifusi kikiangukia mwili wa huyo mtu; huyo alikuwa mtu wa ajabu. Meja-K mwenyewe si mwingine. Alipokuwa anaamua kama anakupenda, uliishi kwa amani lakini alipoamua kukuchukia hakukupa lepe la usingizi.

SURA YA KUMI NA TATU

Boke na Mali ya Mungu walifika kortini kusikiliza kesi ya Mwita baada ya kukata rufaa. Boke hakuamini mwanawe alipaswa kufungwa kifungo cha maisha kwa ajili ya makosa ambayo hakuyatenda. "Mwita ndiye aliyestahili kulalamika na hata kulipwa ridhaa na serikali," Boke aliwaza. "Hata alipaswa kuipeleka serikali kortini kwa kukosa kumpa ulinzi ufaao hadi akashikwa na Jeshi la Vijana," Boke alisema sasa kwa sauti.

Mwita alitokea mlango wa nyuma wa mahakama akielekea kizimbani. Alitembea bila matumaini. Hakutaka macho yake yakutane na yale macho ya mama yake. Jicho lake lilichungulia pembe moja ya korti likamwona Eddah na Mali ya Mungu. Walihuzunika kwa kuinamisha vichwa vyao kama kuku walionyeshewa. Walishangaa. Mshangao ulijichora katika nyuso zao. Walikuwa na vinywa vilivyojaa maneno tele lakini midomo yao iliziba yale maneno yasitoke kamwe. Boke naye wakati wote aliokaa mle kortini alikuwa anakatwa na kitu kama tumbo la zingizi. Hajazaa! "Kwa nini?" alijiuliza.

Jaji alichelewa. Mwendesha mashtaka wa kortini ndiye aliyekaa hapo mbele ya korti wakipanga mafaili yao kufuatana na kesi zilizokuwa zikija akisaidiwa na makarani wa korti.

Hatimaye hakimu alifika. Korti nzima ilinyanyuka kumheshimu. Alionekana mtu wa huruma. Boke alikuwa na tumaini la kuachiliwa kwa mwanawe kwa jinsi alivyoangalia.

Shughuli za mahakama zilianza. Kesi ya Mwita ndiyo iliyokuwa ya kwanza kushughulikiwa. Mwita aliulizwa maswali mengi akakataa kujibu. Hakuona haja ya kujibu maswali ya kipumbavu kama yale.

"Huyu mtu mrudisheni huko!" sauti ya hakimu iliamrisha. Askari walimzoa Mwita pale kortini kama usufi wa pamba. Walimpeleka nyuma ya korti kulikokuwa na seli. Kelele zake za kuteswa zilisikika mle kortini na masikio yaliyokuwa yakifuatilia kadhia yake. Boke hapo ubaoni alipokaa mkojo ulimshuka kwa kusikia mwanawe alivyoteswa na watu waliopaswa kumlinda.

Masikio yaliyosikia hilo zogo yalipatwa na mshangao. Boke alitoka kusema na mwanawe ili ajibu maswali ya korti. Hasira ilimshika Boke akatamani kupigana na askari wale waliomburuta mwanawe bila kumsikiliza kikamilifu.

"Wewe, mama usituletee fujo hapa?" askari alimwambia Boke ambaye hakuonekana alikuwa radhi kumsikiliza yeyote. Alichotaka ni haki ya mwanawe na yake mwenyewe.

"Sileti fujo. Mimi namtafutia haki mwanangu. Mimi mwenyewe nikiikosa haki si kitu. Ninajua tosha hakushiriki katika visa na vituko vya Jeshi la Vijana," Boke alimweleza askari aliyekuwa akinywa soda ya *Coca Cola* kwa mrija.

"Unajuaje? Unatembea naye?" askari alimuuliza Boke maswali mawili mfululizo.

"Sitembei naye lakini namjua," Boke alisema kwa ghamidha.

"Mama, kama hutembei na mwanao huwezi kuwa shahidi yake. Lakini mbona hasemi? Yaani amedharau mahakama? Kama anataka kuleta mchezo hapa kortini ataumia," askari alisema akipiga mbweu baada ya kuteremsha funda kubwa la soda tumboni.

"Mwanangu mbona huzungumzi kama mtu? Nyinyi mnatoka wapi? Mlikuwa wapi tukiuawa? Mlikuwa wapi tukinajisiwa? Mlikuwa wapi tukiibiwa? Eeeh? Mlikuwa wapi? Mwanangu unataka kusema hamkujua hili jeshi lipo? Mbona leo mwajifanya malaika? Eeh? mwanangu, nijibu," Boke alisema.

"Mama usilete kelele zako za kiwazimu hapa. Ninaweza kukufunga hata wewe," askari yule aliyesimama sasa na kumwelekeza Boke chupa ya soda alimweleza Boke.

"Hakuna lolote utakalolifanya ambalo sijafanywa. Ni lipi lililozidi ujane wangu? Ni lipi lililozidi junaa niliyopata? Eeh? Niambie! Ni lipi litakalozidi mwanangu kuishi na makundi haya bila kisa. Eeh? Ni lipi?"

Boke alishikwa na wazimu akalia kwa kwikwi mbele ya mahakama. Kundi la watu lilimzingira likamwonea huruma. Lakini ombi lake lilikuwa kama dua isiyompata mwewe. Boke alivua nguo yake ya ndani akaipiga kwenye jengo la mahakama kuonyesha hasira na ghadhabu zilizomseta siku hiyo. Alikuwa si Boke yule wa kucheka. Alitumbua macho yake ila alikuwa haoni yeyote. Alisema na watu katika ulimwengu wake. Ulimwengu wa ndoto.

Kesi ya Mwita iliamuliwa bila yeye kuwa kortini. Hakimu alidai kuwa kulikuwa na ushahidi ambao mahakama ya awali haikuuzingatia na ambao alitaka kuutumia. Sasa alimkatia hukumu ya kifo. Kichwa cha Mali ya Mungu kiligongwa kwa jundo fulani. Mama yake aliyekuwa akilia huko nje aliposikia uamuzi wa korti aliendelea kulia na kubwata maneno ya kudhihaki mahakama na serikali ya Tandika ya hadaa. Alitoka hapo mahakamani akilia kwa uchungu wote kama mtu aliyeumwa na swila. Mali ya Mungu alimfuata mama yake kwa masikitiko makubwa. Boke akawa ametoka kikaangoni na kuangushwa motoni.

🌢 🌢

Mulota alitoka madukani Mikindani Jumapili hiyo baada ya saa nne za kujipumbaza. Alifika nyumbani akakaribishwa na mkewe, Eddah.

"Karibu nyumbani," Eddah alimkaribisha Mulota aliyeonekana mlevi kidogo na ambaye alipigana kuudhibiti ulevi ule.

"Ahsante, mama Sally," Mulota alisema akionyesha heshima.

"Ala! Kumbe kuna mgeni," Mulota aliongeza kusema alipotua macho yake kwa Nifreda.

Mulota alikaa. Akajaribu kujituliza.

"Habari za utokako?" Mulota alimuuliza Nifreda.

"Salama," Nifreda alisema akiwa na tabasamu.

Mulota alikuwa na uoga wa kumtazama Nifreda machoni.

"Mama hajambo?" Mulota alijikaza kuuliza tena.

"Mama ni mzima. Anajikaza," Nifreda alisema akijaribu kuzuia kumbukizi iliyosema kuwa genge la vijana lilipowashambulia lilisaidiwa na polisi na watu walikuwa wamedai kuwa Mulota alikuwepo.

"Ni vizuri maisha ni kujikaza," Mulota alisema akijaribu kumtazama Nifreda machoni bila ufanisi mkubwa.

"Ni kweli, hasa hapa Rama," Nifreda alisema huku picha ya tufani za nyuma zikicheza katika ubongo wake.

Mulota alilala hapo kihobelahobela baada ya kushikwa na usingizi mzito kitini. Eddah na Nifreda wakatoka nje ya nyumba wakakaa mwembeni. Ndani ya nyumba kulikuwa na joto jingi. Pia walitaka wapate nafasi ya kusema mambo ya kike.

"Eeh, dadangu umenenepa?" Nifreda alimtia Eddah udadisi huku wote wakicheka.

"Mbona Mulota anasema nimekonda," Eddah alisema akicheka akimtoa mwenzake unyasi nyweleni.

"Kwani anataka uwe nguruwe?" Nifreda alimuuliza Eddah bila masihara.

"Sijui," Eddah alisema akijaribu kujipima kiuno chake kilichowanda kwa kujishika.

"Ama unatarajia kitu hivi karibuni?" Nifreda aliuliza huku akicheka na akimpuna mwenziwe nywele.

"Wewe Nifreda hujaacha huo uchokozi na mambo yako mengi mengi?"

"Si kitu. Mama vipi?"

"Mama yuko," Nifreda alisema.

"Amepoa moto?" Eddah aliuliza kwa mazingatio.

"Amepoa lakini huwa siku zote anamwazia baba. Hajui kama atapata kumsahau," Nifreda alisema.

"Ni vigumu lakini lazima afanye juhudi. Mbona hujampeleka kwa mshauri?" Eddah alimuuliza mwenzake.

"Mama hataki mambo ya ushauri," Nifreda alisema machozi yakionekana kuzunguka mboni zake.

"Kwa nini na siku hizi baada ya hiki kimbunga kila mtu anakwenda kwa ushauri," Eddah alisema mkono wake akiuweka kidevuni.

"Anasema haoni kama hao watoto watamwambia jambo jipya asilolijua," Nifreda alisema.

"Na hawa Wasululu wamekukubali," Nifreda alisema kidogo akipunguza sauti asije kuwasikia Mulota aliyekuwa amelala fofofo.

"Hawana neno. Mama huja. Hata baba, wananipenda laki... unajua kidonda hakifutiki," Eddah alisema kwa mazingatio makubwa huku macho yake yakiwa yameelekezwa mbali zaidi.

Kwa muda walikaa pale mwembeni, wakisema wakicheka. Walipata nafasi kurudi katika mateso ya nyuma. Waliyajadili yakiwaudhi, yakiwakera, yakiwaliwaza.

"Yuko vipi, Mambo?" Eddah aliuliza.

Mambo maisha ni kama yamemwendea segemnege. Ameshikwa na wazimu. Anapita akilia kama bunduki. Siku zote anasema mvua inamnyea," Nifreda alisema, akasita ili kucheka.

"Mvua," Eddah aliuliza huku naye akicheka.

"Eeeh, anasema nyuki wanamfuata pia," Nifreda alieleza.

"Nyuki kweli au ni wazimu?" Eddah aliomba maelezo huku akicheka bila kizuizi.

"Siku moja alinipita akiwa anakimbia kama pikipiki huku akiwinga kitu kwa mikono yote miwili," Nifreda alisema.

"Mabaya yatalipwa papa hapa duniani," Eddah alisema huku akimcheka Mambo kwa hayo matatizo yake.

"Ni kweli, dadangu," Nifreda alisema.

"Mama yake?" Eddah aliuliza.

"Yuko tu. Sasa ameaibika. Yeye ndiye aliaye baada ya mwanawe kumgeukia na kuwa kama hayawani. Analala maporini na madukani akilia na kuguna. Mama yake alidhani ni mwerevu, Jumaa, dadangu, ni kama yule nyuni wa mdomo mrefu aliyejidunga shingoni," Nifreda alieleza.

"Na wewe vipi, dadangu?" Eddah alimuuliza Nifreda.

"Vipi?" Nifreda aliuliza akicheka.

"Hujapata mtu dadangu?" Eddah alimuuliza Nifreda ambaye wamekulia pamoja hapo Siloko wakiyaona hayo makuruhu ya wakati.

"Ninatafuta. Sijapata," Nifreda alisema.

"Usichague sana. Wahenga walisema ukichagua sana nazi utapata koroma," Eddah alishauri.

"Nina mtu lakini bado nampima. Yaani nataka nimjue kama ni mtu *serious* au ni mtu wa kucheza tu na kunipotezea wakati," Nifreda alisema huku ameangalia kando.

"Ninajua ukisoma hivi na kupata digrii wanaume huwa wanaogopa," Eddah alisema akimtilia Nifreda chai pale mwembeni.

"Si kweli, inategemea mwanamume na huyo msichana. Mimi sijakubali kuwa elimu inabadili mtu hivyo na kumfanya mbaya hivyo," Nifreda alisema.

"Ni kweli," Eddah alisema.

"Dadangu lakini kuna kitu ambacho nakiogopa," Nifreda alieleza.

"Kitu gani?" Eddah aliuliza akionyesha wasiwasi.

"Mwanamume akija kusikia hayo mashaka ya unajisi huenda akabadili msimamo," Nifreda alisema kwa wasiwasi.

"Si wanaume wote," Eddah alisema akimtazama Mulota baada ya kutoka usingizini na wingi wa mauzauza. Eddah alikuwa amesimama uwanjani karibu na mwembe akipiga miayo.

"Wakati mwingine huwa naona ni muhimu nimwambie mtu ili aamue kama hanitaki ili atafute mtu mwingine ambaye ni mzuri, waona?" Nifreda alisema huku akikumbuka mara ya mwanzo kukutana na mwanamume kimapenzi, ni hiyo siku akinajisiwa na baba yake akiuawa. Baada ya mazungumzo mengi Nifreda alimuaga mwenzake. Mulota akasisitiza kuwa wamsindikize hadi kituoni ili apate kurudi Siloko.

SURA YA KUMI NA NNE

Mwita alipangiwa kunyongwa mwezi Disemba tarehe kumi na tatu. Watu waliomjua walipopata taarifa ya hukumu wote walishuka kwa magoti yao kuomba. Jioni waliomba. Asubuhi waliomba. Lakini hiyo siku ya kunyongwa kwake ilifika. Watu wa kijiji cha Siloko waliposikia habari za kunyongwa kwake walilia kwikwi kwa saa nzima. Mamake Mwita alipowasili kutoka kortini jirani walimtuliza huku akilia na kupiga kemi. Zogo lao liliwaleta wanajeshi wa kitaifa.

"Kelele hizi hazitakikani," mwanajeshi mmoja aliyeitwa Kausi aliwaeleza bila kuonyesha huruma yoyote.

"Hatutaki mlete taharuki, kama mtu ana malalamishi yoyote ayapeleke mbele. Lakini hizi kelele hazitakubalika kamwe," mwanajeshi aliongeza kusema sasa kwa mkazo.

Boke alitulizwa bila kusikiliza hadi mwenyewe akaamua kunyamaza. Mali ya Mungu hakuweza kula kwa siku mbili mfululizo kufuatia uamuzi wa mahakama.

"Maonevu yatakoma?" Mali ya Mungu alijiuliza swali lile tena na tena. Wakati mwingine kwa ghibu wakati mwingine kwa sauti.

Familia iliarifiwa siku ya kunyongwa kwake Mwita. Waliambiwa waende waseme naye hata wakitaka wamwombee. Boke alifika hapo gerezani asubuhi saa kumi na mbili. Walipaswa kumwona saa tatu, kabla ya kunyongwa kwake. Boke, Eddah, Mali ya Mungu na Mulota walikutana na Mwita katika chumba kidogo mfano wa kiofisi. Chumba hicho kilikuwa na viti viwili. Kimoja Mwita alikalia kiti kingine alikaa mama yake, Eddah na mume wake walisimama. Mwita alimwangalia mama yake akamwambia:

"Kwaheri mama, baki salama," alisema huku akikumbuka ile siku alipotoka nyumbani kujificha akaangukia katika mikono ya Jeshi la

Vijana na baadaye Jeshi la Taifa. Mwita alikumbuka nyota yake ya jaha ya kupita mtihani akawa ameteuliwa kusomea uhandisi katika Chuo Kikuu cha Tandika. Kumbe ilikuwa ndoto. Leo anaupa ulimwengu mkono wa buriani.

"Pole, mwanangu," mama akamwambia huku akimpuna nywele ambazo zilikuwa zimefanya matuta ya kirasta.

"Nimepoa, mama; msihuzunike. Nawe mama nisamehe kwa makosa yote niliyokutendea maishani mwangu," Mwita alisema huku macho yake yakimwangalia mama yake.

"Hatutahuzunika, kaka," Eddah alisema akilia huku akimshika bega mama yake ambaye alikuwa na hasira kuhusu jinsi uchunguzi wa visa hivi ulivyoborongwa na serikali.

Mwita alimwangalia mamake tena. Machozi yalimshuka njia mbilimbili.

"Ahsante mama. Ahsante Mungu. Ninawasamehe Jeshi la Vijana. Nawasamehe Jeshi la Taifa. Jeshi la Taifa lilikuwa na nia nzuri lakini…," Mwita alisema maneno yakamsakama.

Mwita alitoa bahasha mfukoni akamkabidhi mamake, naye mamake akaifungua akaanza kuisoma:

Kwa mama mpenzi,

Ninaandika barua hii nikiwa na furaha tele moyoni, wakati wa mkesha huu wa kunyongwa kwangu. Lengo la kukuandikia barua hii ni kukushukuru kwa wema na takrima yako kwetu kama wanao. Ningependa kukusihi usiendelee kulia kwa sababu yangu mimi. Mimi nina raha ya kuondoka katika nchi ambayo licha ya kuzima azma yangu ya kuwa mhandisi, nimeisamehe kabisa na mambo yake ninamwachia Mola. Hii ni kwa sababu ni nchi ambayo haina mizani ya kupima wema na ubaya barabara; licha ya kudai kuwa ina usalama, ina amani na ina haki; haina.

131

Hata ninapotazamia kunyongwa kesho bado nauliza kosa langu ni lipi? Na ni nani niliyemkosea? Na nilimkosea vipi? Mama waombee wanao ambao itawabidi waishi katika unafiki, unyang'anyi na ubaradhuli. Nina furaha kuenda kuishi katika ulimwengu wa pili nikitumai huko nitapata kupumzika na kwamba kuna haki, salama, ukweli na usawa.

Mimi kipenzi chako Edwin Mwita.

"Wakati umeisha," alifika Mzee Baya aliyetumiwa kunyonga wafungwa. Alimtayarisha Mwita kwa kumvalisha nguo nyeupe na kumshauri aombe dua kama alitaka. Dakika thelathini zilipita mara, wakasikia king'ora kikilia kwa huzuni.

Tiiihiii tuutuutiii! Tiitii! Tuuutiii! Tii tii tutiiiti!

King'ora kililia mara tatu ishara ya kwamba Mwita alikuwa amenyongwa tayari. Mama yake alipewa nguo zake akaondoka katika gereza la Raka. Raka hadi nyumbani ilikuwa inachukua muda mrefu. Lakini walijikaza kuukabili huo mwendo. Boke alichukia serikali. Alichukia polisi. Alichukia oparesheni nzima hiyo, akachukia wanasiasa waliotia cheche za moto zilizolipua moto uliowaka Rama. Wanasiasa ndio waliotia chombo cha mashambulizi pondo hadi kikaingia baharini. Boke alijichukia kwa bahati mbaya iliyomsibu siku zote. Mwita ndiye aliyekuwa kipenzi chake. Boke alijiona ni kama aliyebaki mikono mitupu. Alikuwa kama mbwa aliyenyang'anywa mtoto wake akabaki kama ambaye hakuwa na chochote. Hakujua kwa nini siku hizi zote alipomuomba Maulana, maombi yake hayakujibiwa.

Nifreda, ambaye sasa alikuwa daktari katika hospitali ya sehemu ya Rama, alimtuliza Boke. Walipendana kweli kama mtu na binti yake. Nifreda alipopata habari, alifika kwa Mzee Kanja na gari lake la aina ya *pick-up* ya *Double Cabin*. Aliteremka, akafululiza hadi ndani ya nyumba, akamkumbatia Boke huku wote wakilia. Machozi yaliwatoka huku nje ya nyumba mvua ikinyesha kuomboleza kifo cha

132

Mwita. Mwita alikuwa mche uliong'olewa katika shamba la maisha, shamba la wakati.

"Na mwili, mama?" Nifreda aliuliza hilo swali gumu.

"Walisema watazika wenyewe," Boke alijibu akilia na kusinasina.

"Ni unyama ulioje!" Nifreda alisema huku akijaribu kuelewa vile maisha yalivyo na hadaa, asiweze kuelewa.

"Jeshi hilo lilikuja kuleta usalama," Eddah alimweleza Nifreda huku wakitoka nje ya nyumba.

"Usalama gani? Mbona vinywa vya watu bado vinalalamika? Ubakaji bado ungaliko. Unyang'anyi ungaliko. Rushwa ingaliko na imeshamiri. Wakati ndio utakaoamua hali yetu," Eddah alisema.

"Ni mioyo yetu, Eddah," Nifreda alisema.

"Una maana gani?" Eddah aliuliza.

"Lazima tulete usalama sisi wenyewe. Mtu wa nje hataweza kuleta usalama. Hajui mkosaji. Sisi ndio tunaojua," Nifred alisema.

Tangu Mwita alipohukumiwa na hatimaye kunyongwa, Boke ni kama alishikwa na wazimu. Alitembelea matambara. Eddah na Mulota walimsihi atulie, lakini hakusikiliza lolote. Wakati mwingine alionekana kama aliyekuwa anasikiliza, lakini wakati mwingine alionekana ni kama hakuwa anasikiliza. Alitembea sokoni akijisemesha tu. Akionyesha ishara za mikono. Wakati mwingine alicheka. Wakati mwingine alionekana kukasirika. Alitembea katika barabara kuu ya Rama akielekea madukani na kurudi bila sababu maalum. Wakati mwingine alienda katika kituo cha polisi kisha baadaye kuondoka bila kusema lolote. Hata kula alilazimishwa na Eddah ambaye alikuja nyumbani kukaa naye kwa ajili ya hali yake. Ni mara nyingi alionekana ni kama anayesema na rais wa nchi ya Tandika.

Boke alikaa katika hilo bumbuazi kwa muda mrefu. Alikuwa hajijui, wala hajitambui.

Siku moja, Boke alishikwa na usingizi wa pono kutokana na uchovu mwingi kufuatia shughuli zile za mahakama.

'Mama, mama mbona hunitaki? Nakuona kwa mbali. Uko wapi mama yangu, nataka nilihisi joto lako kama siku za ujana wangu. Nataka kuzinyonya chuchu zako, mama. Nataka nilie tena ukinipoza kama zamani. Nataka uniengeenge. Nataka univalishe nguo, unipenge makamasi na kunifuta udenda. Mama, nataka nikusemeshe. Nifundishe kusema tena. Nifundishe kwenda tata tena mama. Usiende, njoo na baba pia anisaidie kuswaga ngo'mbe tena. Nataka kupakatwa katika mikono yake, mikono ya joto, mikono mizito, mikono iliyotutumka mishipa minene. Ndiyo, nimwombe baba ruhusa ya kwenda kuogelea, kuogelea katika mto Rama. Leo mto Rama haukujaa kwa bamvua, maji yake ni baridi. Nitapiga mbizi hata ninywe tama la maji kisha nitajitandaza kwenye jiwe la mtoni niangalie mawingu yanayoshindana yakipishana huku jua likiwaka. Nitakwenda na Rashid huko mtoni atanishika mkono, atanishauri na kunielekeza. Baada ya kuoga, tutakwenda kwa Amina kuomba zambarau, fenesi na zabibu mwitu, kisha nitazila nyingine tukirushiana na nyingine tukijaza katika mifuko.'

Pindi Boke aligutuka na kuamka. Alipinduapindua shingo yake kuhakikisha bado angali ana hisi zake zote.

'Aaah, kumbe ni ndoto tu, kumbe ni jinamizi. Kumbe siye mwanangu... kumbe siye Mwita.' Aligundua kuwa hiyo ilikuwa ni ndoto. Alizidi kutafakari kuhusu ndoto hiyo kwa muda mrefu.

"Ninataka haki yangu. Ninataka haki yangu binafsi. Pia naitaka haki ya mwanangu aliyeuawa. Hakuwa amemkosea yeyote, mbona wale wengine waliokosa wameachiliwa?" Boke alisema siku moja sokoni.

"Anasema na nani?" aliuliza muuza sokoni mmoja.

"Ni kichaa huyu," Sindano alisema kwa ulevi.

"Kichaa ni wewe Sindano. Kichaa ni wewe uliyewanajisi mama zako na kuwaibia viakiba vyao vidogo walivyotia chini ya magodoro. Akiba walizopata kwa kuuza mbatata. Huoni nywele zako zilivyo? Umetiwa laana," Boke alisema na kuondoka akipiga ukelele uliotisha kila mtu.

Selah alishindwa kabisa kumsemesha na kumrai mwenzake. Selah alimrai aelewe ule msimu wa maafa lakini Boke asingeweza kuelewa chochote.

Wakati Boke akisonona na kujawa na kihoro, Jeshi la Taifa lilizidi kuhoji watu na kuwafungulia mashtaka. Vijana wengi walifikishwa mahakamani. Waliokuwa na makosa madogo walisamehewa na kuachwa kurudi nyumbani. Baina ya vijana hawa alikuwepo Mwita Ngozi.

"Mwita hakuhukumiwa kifo?" Jaji alimuuliza mwendesha mashtaka hapo kortini mjini Raka. Kabla ya mwendesha mashtaka kujibu Mwita Ngozi alisema:

"Ndio, lakini Mwita huyo alikuwa mahabusu wa Jeshi la Vijana," Mwita Ngozi alisema na kujibu swali aliloulizwa mwendesha mashtaka.

"Hakuwa mwanachama?" Jaji aliuliza tena kwa mshangao uliompa kibaridi kikali huku akiwa ameangalia upande wa mshtakiwa.

"Hakuwa mwanachama. Alishikwa mateka tu lakini hakuwa mwanachama," Mwita Ngozi alisema.

"Una hakika?"

"Nina hakika."

"Na wewe?"

"Nilikuwa mwanachama wa kulazimishwa," Mwita Ngozi alisema.

Taarifa zilitamba kila sehemu nchini Tandika kuwa Mwita aliyenyongwa kumbe hakuwa mwanachama wa Jeshi la Vijana. Redio na televisheni zikaripoti. Watu walihisi chuki na adha kweli kweli!

Eddah na Mali ya Mungu walipata habari hizi. Mali ya Mungu alitamani kuua mtu. Alitaka kukimbia na kuelekea katika kituo cha polisi, lakini angefanya nini? Walibania habari hizi; hawakutaka mama yao azijue.

Lakini, siku moja Boke alijua. Siri haifichiki. Ni kama kikohozi. Alipoambiwa pole akajua. Maana aliuliza kisa na maana akaelezwa yote. Lo! Boke alishika upanga akaelekea kortini kuangusha jengo la korti. Hapo ndipo polisi walipomshika na kumzuilia kwenye rumande. Alipopoa moto, wakamwachilia akarudi nyumbani. Boke amechukia kila mtu, hana tamaa ya kuishi. Hana tamaa na chochote. Hataki kumwona yeyote.

"Watamnyongaje mwanangu kwa kumsingizia makosa," Boke anauliza swali hili. Akawa anauliza miti. Anauliza watoto. Akauliza maua. Anauliza mawe. Alimradi anauliza kitu chochote. Hata ng'ombe. Hapo awali alitembelea matambara. Ameyararua. Anatembea uchi wa mnyama. Alifanya hivyo kwa ajili ya uchungu mwingi uliomkaa katika mtima. Ameshinda watu kutuliza kwa ajili ya uchungu alio nao. Uchungu unaomkata tumboni, uchungu wa makusi yake hasa uchungu wa mwanawe. Uchungu alio nao mithili ya tumbo la zingizi.

Mali ya Mungu aliwaza… kweli limekuja Jeshi la Taifa na limeleta amani. Watu wamejenga. Watu wanatembea, watu wala, watu walala, lakini yeye Mali ya Mungu ameshindwa kulala. Ameshindwa kula. Ameshindwa kucheka na kufurahia Jeshi la Taifa; jeshi la kuokoa. Si Mali ya Mungu tu. Hata Boke ameshindwa kula. Anawaona walinda usalama, lakini hana usalama yeye; wanamtonesha kovu.

SURA YA KUMI NA TANO

●

Mashambulizi yalielekea kupoa moto. Mwamba aliadimika Rama. Chambilecho Waswahili, aliadimika kama wali wa daku. Kulikuwa na fununu kwamba Jeshi la Taifa lilimtafuta ili kumtia nguvuni na kumfungulia mashtaka. Mawakala wake kama vile Mustafa walikuwa wametiwa nguvuni wakingojea siku za kesi zao kufanywa.

Familia ya Mwamba ilishikwa na wasiwasi iliposikia anatafutwa na polisi kutiwa nguvuni kwa ajili ya maasi ya Rama. Haikuwa rahisi yeye kupatikana kwa simu wala hata kutuma salamu au kusema kuhusu aliko. Mwanawe mmoja, Sokomo, aliyekuwa katika mipangilio ya mashambulizi, alishikwa na kufikishwa mahakamani kwa uchochezi. Alipewa dhamana ya shilingi milioni nne; akaachiliwa, akawa bado yuko mijini akienda kwa takaburi na kujigamba huku akiwa anapiga ulevi wa kupindukia uliompa kusema lolote alilolitaka.

"Nimekwenda nikarudi," alisema kwa bezo huku akishumburua midomo yake. Sokomo alizuru mitaa ya Rama kwa magari ya bei yaliyochomoza muziki wa kelele.

"Hata mkitaka nitakwenda tena na nitarudi tu," aliongeza akiwa Mikindani katika baa ya Nyota ya Mlimani.

Watu walistaajabu jinsi Sokomo alivyojigamba na kuringa kama tausi huko Rama baada ya maasi na vifo vingi kutokea. Lakini walimwacha kufanya alivyotaka. Baba yake alikuwa mtu mzito. Wangefanya nini? Hata kama wangetaka kumshtaki, ni wapi ambapo huyo baba yake asingeweza kupafikia? Hakika kabisa angeweza akawatisha walinda usalama au hata kuwahonga kwa rushwa nono! Alikuwa na nguvu. Alikuwa na uwezo.

Wakati Mwamba alipoendelea kuadimika, habari zisizoaminika zilidai kuwa alikuwa mgonjwa mahututi na alikuwa amepelekwa

Afrika Kusini kwa matibabu zaidi. Baadhi ya watu kama familia yake walihuzunika. Wengine, kama vile Boke, walifurahi wakicheka.

Siku hizi Boke alikuwa amepoa moto. Hata aliamua kuvaa nguo. Alikuwa hana wazimu tena. Wazimu umemtoka. Ni mzima. Dunia na wakati vimemkomaza. Apendalo Maulana ndilo liwalo. Mwanadamu hana uwezo wa maisha yake.

"Mungu ni mkubwa," Boke alisema hapo kwa Selah walikokalia busati wakichambua mboga za mchicha.

"Kwa nini?" Selah alifanya udaku.

"Hujasikia, bibi wewe," Boke alisema akiibana midomo yake pamoja na kuonyesha vidu vyake mashavuni.

"Sijasikia, mama Mwita," Selah alisema huku hilo jina la Mwita likimpalia Boke kwa kumbukizi ya jana.

"Mwamba wako ni mgonjwa mahututi. Haponi ng'o!" Boke alisema akigonga vidole vyake vya mkono wa kulia.

"Amesema nani mama Eddah?" Selah aliuliza huku akibadili jina la kumwita mwenziwe.

"Lisemwalo lipo, nawe," Boke yalimdondoka maneno mazito.

"Si uongo wa watu? Mbona siku zote hizo walisema ana kisukari na hadi leo hakijamtia shimoni huko alikotia wenzake wasio na hatia," Selah alisema huku akiwa ametoa mkono wake kwenye mboga alizokuwa akichambua.

"Leo ni leo! Ana hicho kisukari, ugonjwa wa moyo pamoja na hilo zinga lenu hilo," Boke alisema akicheka na kupiga makofi.

"Zinga?" Selah aliuliza kwa kutoelewa kabisa.

"Eeh, zinga la ukimwi, mwanaweee," Boke alisema kwa madaha huku akirembua macho na kusisitiza kwa vidole.

"Ala! Naye amelipata wapi gonjwa hilo mheshimiwa kama yeye?" Selah aliuliza.

"Wewe ni vipi Bi. Zuka? Hujui wengi wa hawa watu hutembea kama mbwa koko? Hawana mipaka. Kila kisima wanywa maji yake. Kila mtu wamwamkua. Waheshimiwa hawa ni kama mpera uliopandwa njiani," Boke alisema akimwita Selah kwa jina lake la ujanani.

"Ala! Kumbe! Kumbe pia wao hufikwa na mambo. Kumbe hata nao hulia," Selah alisema ikimjia kumbukizi ya mumewe kupotea. Hayuko jela. Hayuko uhamishoni.

Hapana yeyote anayejua aliko. Selah alipokumbuka kisa hicho alipata kero la moyo. Kawaida hali hiyo humpa kero; kero ambayo humuudhi hata akatamani kulipiza kisasi. Hutaka awe na upanga aende amkatekate mtu vipande.

"Basi, Mungu ni mlipaji. Hapana ajuaye kulipa kama yeye," Boke alimsemesha Selah aliyekuwa hasemi kwa kuanguka katika bwawa la mawazo. Bwawa lenye tope. Bwawa lenye kinamasi.

"Lakini ana pesa atatibiwa tu," Selah alisema huku akiwa bado ameangalia mbali fikra zake zikijaribu kuwazia mahali mume wake aliko.

"Mara hii sidhani kama atasalimika. Atadondoka, kama majani ya mbuyu," Boke alisema huku akisimama.

"Kaa mwenzangu uendelee hadi tumalize kuchambua mboga," Selah alihimiza.

"Acha niende kwangu nikaepue maharage mekoni," Boke alisema huku akisimama.

"Mali ya Mungu hayuko?" Selah aliuliza huku akimtoa mwenzake hapo kwake.

"Hayuko," Boke alijibu akivuka ua uliotenga nyumbani kwake na kwa marehemu Chifu Ngata.

Hivi ndivyo walivyopenda kukaa ili kupoteza muda na kutulizana kwa maisha yao yaliyojaa uchungu tele. Maisha yaliyowafanya kumwaga damu na machozi kwa pamoja.

Boke aliwapita watoto wakicheza hapo kwake ugani. Kwa muda aliwatazama wakiimba wimbo wa taifa la Tandika.

"Haya basi mimi nitakuwa *General* Meja-K. Haya *Left, Right, Left, Right.* Simameni katika mstari mmoja. Aaah, wewe *Sussy* hujui kutembea unaharibu safu ya askari. Wewe, *Sussy nitakushoot – twarf! twaaf!*"

Sussy alianguka chini huku Meja-K *Junior* akiwa amemwelekeza bastola ya bandia. Kundi jingine la watoto likaanza kukimbia likilia huku limebeba mizigo migongoni na vichwani.

Boke alipigwa na butwaa huku picha ya jana ikijichora katika kichwa chake. Aliingia ndani ya nyumba na kufungulia redio ambayo sasa mkono wake wa kuibeba umeng'oka kutoka mahali pake. Zile habari alizokuwa akimwambia Selah kama uvumi zilizuka katika redio:

"Yule mwanaharakati wa Rama aliyekuwa akitafutwa na polisi yuko Afrika Kusini katika hali mahututi. Polisi hawawezi kumshika kwa ajili ya hali yake ya kiafya. Madaktari wanaomtibu wanasema hali yake si nzuri sana lakini wanajaribu wanavyoweza."

Tangazo hilo liliwagonga wakazi wa Rama vifuani kama baruti.

Mwamba alikuwa mtu wa watu. Alipendwa. Hata hivyo alichukiwa kwa mizani iliyo sawa. Mwamba alikuwa 'mwamba' kweli kwa jina na maana. Alikuwa na maduka, na mashamba maelfu ya ekari. Pesa zake katika mabenki nchini na nje hazikuweza kuhesabika. Zilikuwa nyingi. Alifanya kila biashara pale Rama. Hata watu wakawa wanasema anafanya biashara ya kuuza sehemu nyeti za binadamu. Ilisemekana aliuza sehemu nyeti hasa za zeruzeru ili kujipatia pesa. Lakini alijulikana kwa uuzaji wa figo na macho ya binadamu huko Bara Hindi. Biashara hii ndiyo iliyomletea pesa chungu nzima na kumfanya mtu aliyeogopwa hata na wabunge na wanasiasa wa kitaifa.

Watu waliposikia ndiye aliyekuwa mhimili na mlezi wa Jeshi la Vijana walitetemeka. Mwamba hashikiki. Hauliki. Hakanyagiki. Haogopi mtu yeyote. Hata kulikuwa na uvumi kuwa wanawe wawili amekwisha kuwatoa sadaka kwa majini. Alipenda mambo ya uganga. Alikuwa hafanyi lolote hadi mganga wake wa ramli amemtazamia na vilevile mganga wake wa kike, mama Maria, ambaye alikuwa na kazi maalum ya kumvutia bahati ilikuwa ni lazima amshauri. Alikuwa ni mwamba wa pesa. Alikuwa ni mwamba wa uchawi. Hata kesi nyingi walizomfungulia alipozisikia alicheka. Ilikuwa vigumu kumshinda kesi akiwa na huo uganga wote. Hata kesi ya nje ya nchi alikotapeli wenzake zebaki haikumtia shughuli. Nchi ya Uingereza ilimtumia wapelelezi wa kudodosa habari lakini hawakumtisha. Ukimpata katika hoteli fulani anatoweka bila wewe kujua. Alimradi alikuwa binadamu bin jini. Mwenyewe Mwamba ukimwona alikuwa ana sura ya kupendeza. Alikuwa anasema vizuri kwa ufasaha na madaha. Alijua kuvaa. Nguo zake zote aliagiza kutoka Italia. Lakini waliomjua walisema alikuwa ni sumu; sumu kali. Alitembea huku kichwa chake akitikisa kutoka nyuma hadi mbele huku ametia mkono mfukoni. Watu walimlaumu lakini hakujali. Ni polisi gani ambaye angethubutu kumshika? Kila kiumbe kilichoumbwa na Mungu kilimwogopa.

Hilo la maradhi lilipokuja watu wakasema, "Mara hii hatafua dafu." Wenyeji wa Rama walikumbuka mashamba yake na mapesa. Boke akasema:

"Kweli maisha ni moshi. Mtu aliye na uwezo wa hospitali zote angewezaje kuugua hivyo? Maradhi yalimshika akawa hasemi. Habanduki kitandani japo kwenda haja ndogo au kubwa. Hata waliomtafuta walipoijua hali yake wakakubali hali hiyo haikuwaruhusu wao kumshika au kumtolea notisi ya aina yoyote."

Mwamba alipougua hospitalini wanawe na wakeze saba waliendelea kugombania urathi. Mwanawe wa kike akawa amewasilisha kesi mahakamani kwamba yeye hajapata mgao wa urathi wa baba yake. Wengine waligombana hadharani katika vituo vya masoko.

Hata wengine walipigana, kila mmoja akitaka apate mgao wa urathi wa babake. Mali nyingi ya Mwamba haikuweza kumpa uzima.

Kadiri siku zilivyopita ndivyo maisha ya Mulota na Eddah yalivyoendelea kukumbwa na matatizo. Ile furaha ndogo waliyokuwa nayo baada ya kuoana ilianza kutoweka. Kuna Wasululu fulani waliomweleza Mulota:

"Huyu mwanamke usingemwoa. Ni swila. Ndoa hii inaweza kukuletea laana kubwa maishani."

"Kwa nini?" Mulota aliwauliza.

"Hukumbuki hawa watu ni maadui zetu. Wewe umewahi kusoma hadithi ya Delila?"

"Maadui zetu vipi?" Mulota aliuliza kundi la wanaume ambalo lilitumwa kumweleza msimamo wa Wasululu.

"Mulota, usijifanye hujui hawa watu tumezozana nao na kisa na maana ni haki zeti za mashamba," wazee walimweleza waziwazi.

"Lakini, marehemu baba mkwe hakuwa mtu mbaya. Hakumnyang'anya mtu yeyote shamba lake. Sehemu ya shamba aliyokuwa nayo aliinunua kwa jasho lake," Mulota alisema.

"Umewekewa asali ukapata kupofuka. Tutakutoa hayo matongotongo ya machoni ili upate kuona vizuri," kundi lilimweleza na likatoka kwake kwa ghadhabu.

Mulota alikaa mwembeni akiwaza kwa nini wale wazee walimwambia na kumtisha vile. Alikumbuka majuto aliyokuwa nayo kuhusu visa vya Wasululu vilivyomfanya kutaka hata kuacha kazi ya kuwa polisi. Alikumbuka alivyotumiwa na Mwamba na Meja-K kutesa watu kwa sababu hawakuwa Wasululu. Mulota aliona hali kama ile haifai. Yeye, kama mtu mzima aliye katika taifa huru, alikuwa na uhuru wa kuamua mambo aliyotaka. Alikuwa na ruhusa kwenda popote. Akitaka kwenda kusini, hakuna wa kumzuia. Vilevile alipokuwa akitaka kuelekea kaskazini, hapakuwa na wa kumzuia. Atamzuia nani na kwa sababu ipi? Hakuelewa. Ile siku aliyoacha kazi ya kuwa polisi anakumbuka kuamka alfajiri. Usiku aliota wakitesa watu wasio na hatia. Mulota alikumbuka kisa cha Ngata kuuawa. Alikuweko. Yeye ni katika polisi waliosema "amani" mchana lakini usiku walisema "mashambulizi". Alikumbuka walipofika kwa Ngata walitaka kumfundisha adabu. Alielezwa mambo

142

ya kufanya akawa anafanya matata. Mulota alikumbuka yeye mwenyewe ndiye aliyempiga kisu cha kidarini kilichomnyang'anya uhai wake hatimaye. Mulota aliposimika kisu kidarini mwa huyo Chifu Ngata, Ngata hakuwa na uwezo wa kulia na kuomba msamaha ulioanguka kwenye masikio yaliyozibwa kwa nta ya ukabila.

Hata Mulota alipotangamana na watoto wa Ngata alikumbuka visa vyake vya uhuni. Vilimkera. Vilimkosesha usingizi.

Aliingia kituo cha polisi akaomba kumwona mkuu wa kituo hicho. Polisi huyo, Bwana Ndiwa, alimsikiliza kwa kuwa alimwamini Mulota. Alikuwa polisi msikivu asiye na kiburi.

"Sitaki kazi hii, afande," Mulota alimweleza mkubwa wake.

"Kwa nini," Ndiwa alimuuliza Mulota huku akishindwa kuamini maneno aliyoyasema ambayo hayakufungamana na mwili wake.

"Sina sababu, mkubwa, ila tu ni kwamba sijisikii kuendelea. Naomba nipumzike."

Ndiwa alimshauri kuandika barua. Alirudi nyumbani akawarejeshea sare yao, bunduki na jozi ya pingu aliyokuwa nayo pamoja na barua ya kuacha kazi.

Moyo wa Mulota ulifurahi. Hakutaka kuendelea kujuta hali akifanya kazi iliyomshajiisha kufanya aliyoyafanya hapo Rama.

"Mwanangu una shetani gani?" Mama yake Mulota alimuuliza aliposikia uvumi kwa watu kuwa mwanawe alivua nguo za polisi akamrushia mkubwa wake hapo Rama.

"Sina wazimu," Mulota alimweleza mama yake kwa upole na unyenyekevu.

"Kama huna wazimu una nini? Magonjwa?" Mama alimuuliza kwa mchanganyiko wa fikra nyingi akikumbuka walivyohangaika kumwingiza Mulota katika idara ya polisi.

"Sina magonjwa. Sina ubaya na mtu ila hii kazi sijisikii kuifanya tena," Mulota alisema.

"Kama hutaki kazi utakula nini mwanangu? Mimi nimezeeka siwezi kukuangalia. Mkeo hatakubali ukae ndwee! nyumbani bila kazi ya kukupa angalau pesa za matumizi," mama alishauri huku akiwa amemsogelea mwanawe na hata kumwekea mkono begani.

Mulota aliondoka nyumbani kwa mama yake alipoona mama anamkera. Hili tishio jipya la hawa wazee lilimchenga Mulota akili. Hakujua afanye nini wala hakutaka kumshauri mkewe. Aliona fedheha kumwingiza mkewe katika hali ya kijinga kama hii.

"Acha wafanye watakavyo," moyo wa Mulota ulimshauri.

Makundi fulani yakaanza kumtisha Mulota kwa barua. Wengi walimtumia ujumbe mfupi wa simu ya rununu kumtisha. Mulota hakutishika kamwe. Alitembea hadharani bila kuchelea lolote.

"Mungu ndiye aliyeniumba na ndiye atakayeniumbua," Mulota alimwambia mama yake alipochelea maisha ya mwanawe yangekatwa na kundi haramu la Rama.

Miezi sita baadaye Mulota alishikwa na maradhi. Kinywa chake kilishindwa kutoa maneno. Alitumia mikono yake kusema kama bubu. Ile kazi ambayo alimsaidia mkewe, Eddah, akawa hawezi kuifanya tena. Ni kazi iliyotaka mtu wa kusema. Ilitaka mtu wa nguvu. Ilitaka pia mtu aliye na afya.

Hata baada ya kupoteza uwezo wake wa kusema, Mulota akiendelea kusisitiza kuwa hatishwi na ye yote yule, alishikilia msimamo wake tu. Mungu ndiye aliyemteulia mchumba. Mkewe hakuwa mke wa kabila la Wasululu. Mambo haya ya Mulota yakamtia Eddah baridi. Ni vipi Jeshi la Taifa lilikuwepo, lilipiga kambi Rama na bado makundi maovu yaliendelea kutisha watu? Ni kwa jinsi gani amani ilitoweka? Mbona mumewe alikuwa hana amani tena? Eddah aliamua kusimama tisti na mumewe. Alimpenda. Alimwangalia. Alimjali. Usululu wake haukumtia shughuli. Kilichomhusu ni lile pendo lao lililoshamiri kila kulipokucha.

Walipendana kama chanda na pete. Mmoja akionja asali alimfikiria mwenzake. Mmoja akionja shubiri, alimfikiria mwenzake pia. Walifaana katika hali zote.

Kimbunga kilipiga maisha yao, lakini penzi lao likawa limebaki imara. Kila masaibu yalipokuja ni kama yalikuwa kama saruji iliyoshindilia penzi lao hata zaidi.

🌢 🌢

Siku zilipita. Boke akaendelea kuimarika kiafya. Pia aliendelea kuimarika kimawazo. Lakini Boke aliapa kumfuata Inspekta Onyango juu chini; milimani, mabondeni, hadi apate haki yake. Itakuwaje mlinzi wako ageuke kuwa adui? Baada ya kutoka hospitali, alitaka kumwona mkuu wa kituo cha polisi cha Sabasaba kilicho karibu na mji wa Mikindani. Kila alipokwenda alielezwa kuwa mkuu wa kituo cha polisi ana watu ofisini.

"Ni watu wepi; kwani mimi si mtu?" Boke aliuliza.

"Ni mtu, lakini huko ndani anasema na wakubwa wenzake," mpokezi mmoja alimweleza.

"Kazi yake ni kuwahudumia watu wadogo au ni kusema na wakubwa? Wakubwa tayari wamelindwa; sisi wadogo ndio wahitaji." Boke alisema bila kuwa na nia ya kumweleza yule msichana mpokezi; bali kuyaambia maisha.

"Mama usilete ubishi wako hapa. Huo mdomo wako pelekea mume wako nyumbani. Unajua hapa ni katika kituo cha polisi?" askari mpokezi alimwambia Boke bila kuonyesha mzaha.

"Usinifanyie makuruhu, mwanangu. Nimekuzaa juzi hata jua halijatua. Mambo ya maisha huyajui," Boke alisema akimkabili yule polisi wa kike. Mpokezi alimtazama kwa lengo la kumtathmini maana maneno aliyosema hayakuwa ya kawaida. Labda wazimu. Labda alikuwa ametumwa kumtilia mtego.

"Haya, keti hapa umsubiri," alimweleza Boke.

Boke alikaa kwa muda. Mkubwa huyu anaingia anatoka yule mwingine. Wote walionekana watu wa vyeo; wahudumu wa dola. Walikuwa wamevaa sare maridadi na walionekana kujiamini. "Lakini

145

walikuwa wapi tukinajisiwa na kubakwa?" swali liliingia katika akili ya Boke. Ama hawakutaka kujali? Kwa nini wasijali? Kazi yao ni nini kama si kulinda raia? Ni kuvaa sare maridadi na kufanya mikutano isiyokwisha tu?"

Hapo ubaoni Boke alipokaa alijiuliza maswali yasiyo na majibu hadi akatanabahi saa saba ilikuwa imefika.

"Haya ingia," yule mpokezi alimweleza Boke kama kuonyesha anawasumbua watu.

"Karibu mama. Tukusaidie vipi?" mkuu wa kituo alimuuliza.

"Nimekuja kulalamika," Boke alianza huku kumbukumbu ya mateso yake zikiibuka tena moyoni.

"Eenhe endelea. Sema haraka. Ni *lunch time* na nina *meeting* nyingine nyingi," mkuu wa kituo alimweleza Boke.

"Nili... nili...nili... yaani ni mambo mengi sijui niseme lipi, lipi nisiseme," Boke ilimtoka kauli ya kuchanganyikiwa.

"Sema lililokuleta," polisi alimwambia Boke.

'Nilinajisiwa na polisi," Boke alisema.

"Polisi yupi?" mkuu wa kituo alimuuliza.

"Polisi huyo simjui jina lake lakini naweza kumtambua," Boke alisema.

"Sasa, mama kama humjui nitakusaidia vipi? Na ulijuaje kuwa mtu huyo alikuwa ni polisi?"

"Ninamjua tena naijua nyumba yake ile pale, afande," Boke alisema.

"Nyumba ile mwaka huu wameishi polisi kumi. Tutajua ni yupi?" mkuu wa kituo alimuuliza na kuvua kofia.

Boke alipigwa na butwaa kuona yule polisi aliyemnajisi ndiye yule yule pale kituoni anayefanya kazi.

"Ni ...ni...ni...," Boke alidodosa usemi.

"Mama ni kama huna hakika na unalolisema. Ondoka utarudi siku nyingine," mkuu wa kituo alisema.

Boke aliganda pale kitini kama jiwe. Alikumbuka usiku ule yule mwanamume aliyefaa kumlinda na madaraka yake yote yale alivyomnajisi na hata kumsababishia kuvuja damu. Lakini atafanyaje? Yuko bado kazini. Boke aliangua kilio mle ofisini.

"Usililie hapa, mama. Tena usilete hapa mambo ya uongo," Bwana Mkubwa alisema.

Boke alisimama akaelekea mlangoni.

"Atakayewalipa ni Mungu wenu," Boke alimweleza Inspekta Ndiwa ambaye hakuonekana kujali kitu.

"*Next*," alielekeza mpokezi.

"*No*, mwambie huyo mama arudi," mkuu wa kituo cha polisi alisema baada ya kufumwa na mshale wa huruma.

"Umetoka wapi?" alianza kumhoji Boke tena.

"Nimetoka Siloko," Boke alisema.

"Wewe siye yule mama ambaye mwanawe alikuwa na kesi …," mkuu wa kituo alishindwa kumalizia swali lile kwa ajili ya uzito wake.

"Ni mimi," Boke alisema huku akifuta machozi yaliyokuwa yakimshuka.

"Pole. Keti chini kwanza," mkuu wa kituo alimwelekeza.

Alichukua kiredio cha mkononi.

Aliamuru kila askari atoke nje na wapige foleni ili Boke aweze kumtambua aliyemdhulumu kimapenzi. Askari walitoka wote kama nyuki mzingani wakasimama kwenye paredi. Boke akamtambua huyo askari Onyango. Onyango akasimamishwa kazi jioni ile huku uchunguzi zaidi ukiendelea kufanywa. Boke alitoka pale kituoni kwa furaha kidogo kuona kuwa mtu aliyemwudhi, aliyemdandia akamlazimisha katika mapenzi ameacha kazi na kuwa angefunguliwa mashtaka.

Onyango alifungasha virango vyake pale kituoni siku hiyo. Onyango alikuwa anajulikana pale kwa uadilifu. Haijulikani ni ibilisi yupi aliyemwingia hata akatenda kitendo kile cha kinyama na kuharibia polisi jina lao lenye sifa nzuri. Onyango, licha ya kuwa Inspekta pale, alikuwa muumini wa kanisa lenye misingi mikali. Hakukosa ibada. Mara nyingine alihudhuria ibada mbili au hata tatu mfululizo kudhihirisha mapenzi yake kwa Muumba na utiifu kwa ibada zake Maulana.

Leo ndipo mke wake alipojua kuwa kumbe mume wake alikuwa ni fisi aliyekaa ndani ya ngozi ya kondoo. Tangu waoane, hajajua Onyango angefanya kitendo kama hiki.

"Ujue pia yangu na wewe yamekwisha hapa. Meli yako hii mimi naiteremka," mke wa Onyango, Chaka, alimtangazia mumewe.

"Sawa," Onyango alisema bila kutaka kushughulikia masuala mengi.

"Pole kaka," rafiki yake Bwana Onyango alimweleza. "Ahsante, kaka Mungu ataniamulia. Huyu mwanamke alionekana kama wazimu. Kila mtu anajua huyu mwanamke ana matatizo ya akili," Onyango alijitetea.

Aliharakisha akatoka kituoni ili apate kuchunguzwa zaidi. Naye Boke alienda nyumbani akala akashiba. Usingizi ambao ulikuwa haujamvaa tangu kimbunga cha Rama kianze ulimjia. Akaota yuko katika vitalu vya maua anafurahia maisha. Mwili wake ulihisi kupumzika. Hilo kovu lake la moyoni lililoguswa, sasa lilielekea kutoweka.

🌢 🌢

Mali ya Mungu alikaa hapo chumbani kwa mamake akijaribu kukumbuka mateso ya nyuma yaliyompata pale kwao Siloko. Ungedhani Mali ya Mungu alishikwa na wazimu namna alivyojisemesha peke yake pale nyumbani akicheka sawia na akihuzunika. Kulikoni? Maisha yalipita akilini mwake kama picha za runinga. Aliamua kuukata huu mkondo wa mawazo uliotiririka usikome katika ubongo wake. Lakini bado mawazo mengine yalijisukumiza yenyewe bila ya hiari yake humo akilini. Mali ya Mungu aliwazia tena mikasa iliyomkumba akiwa yuko na Situma huko Dunga. Hata Mdeshi alipompigia simu ni kama hakuelewa. Mali ya Mungu ni kama aliishi katika dunia mbili, dunia ya ndoto na dunia halisi. Kuna mambo aliyoyasikia akashindwa kujua kama ni ndoto au ni kweli. Lakini yote aliyakubali bila tabu yoyote.

Habari za Yoko kutiwa nguvuni zilimshangaza Mali ya Mungu si haba. Yoko alikuwa kama kiwiji baharini. Alijulikana na watu wakuu serikalini ambao walishiriki katika biashara ya dawa za kulevya, lakini mara hii alinaswa na mkono wa sheria. Hawakuongopa waliosema, "Ndege mjanja hunaswa kwa tundu bovu." Yoko alipata mteja akafanya miadi naye ya kumpa vifurushi vya dawa. Alijua mara hii biashara hiyo ingempeleka kileleni. Alijua atapata kitita kizuri cha pesa ambazo angezitumia kuyakarabati maisha yake. Lakini wapi! Alimletea huyo Bwana vifurushi vya dawa. Wakiwa hotelini, wakamtia nguvuni na kumwelekeza korokoroni. Huku ndiko alikokwamia akingojea kufunguliwa mashtaka. Mali ya Mungu hakuamini kabisa Mdeshi alipomweleza kuwa Yoko amenaswa katika janga hilo. Wale wakuu waliofanya naye biashara walisema hawakumjua na ndio waliosema kesi ifanywe mara moja ili Yoko, ambaye alikuwa mfano mbaya kwa vijana, afungwe jela. Huko korokoroni Yoko alikuwa anajisemesha mwenyewe huku akipiga ngumi kuta za seli. Polisi wakasema anataka kujitia wazimu; na walipompima wakasema ni mzima, kwa hivyo ni lazima afike mahakamani kujibu mashtaka ya kuuza dawa za kulevya.

"Lo!" Mali ya Mungu alishangaa na akayaona mambo ya Yoko kama yalivyokuwa na uzani wa nanga. Hata Situma naye mambo yalimwendea upogo. Hakuweza tena kuendelea na ugawadi. Alikuwa ameshikwa na maradhi yaliyomfanya aonekane kama kaa la moto. Hanywi dawa zikampa kutulia. Maradhi haya yakimtoka yanakuja mengine. Mwenyewe hapo alipoungulika na kikohozi aliamini amerogwa na bibi mmoja Mchina aliyefanya naye mapenzi akamchukulia dola zake za Kimarekani huku huyo bibi akiwa amelala fofofo baada ya kulewa. Situma alikimbia na hizo pesa akajificha katika mahandaki ya mji wa Dunga kama paka mapepe.

"Atanikumbuka huyo kijana," alisema huyo bibi wa Kichina ambaye alionekana anayecheka na kwa wakati huo mmoja akaonekana kama anayelia. Situma aliamini kuwa ndiye aliyemfanyia urogi huyo bibi. Hata Situma alimtafuta kutwa kucha kutaka kumwomba msamaha lakini alikuwa kesharudi zake Uchina, baada ya kandarasi ya kujenga barabara nchini Tandika kuisha. Situma sasa alikuwa anawazia kurudi nyumbani. Aliamini amechungulia kaburini. Maana amekwenda kila hospitali lakini hajapata dawa ya kumpoza. Ametibiwa hata ng'ambo lakini hajapata afueni. Kila Situma alipougua, aliwazia hizo pesa alizozilimbika katika *Star Bank* katika jiji la Dunga. Pesa alizozichuma katika vichochoro vya miji usiku na mchana. "Hivi hizo pesa nitamwachia nani?" aliwaza. Situma alipoteza hamu ya chakula, maisha na chochote kile. Mdeshi alisema kuwa waliposema naye alionyesha kuwa alijuta kweli kuishi kama nguva baharini.

"Iwapo Mola atanijalia kuishi, siwezi kuishi haya maisha tena," Situma alisema siku moja huku midomo ikiwa imemkauka kwa maradhi.

"Kwa nini, kaka?" Mdeshi alimuuliza huku Situma akijaribu kunywa soda ya *Sprite* bila mafanikio.

"Haya ni maisha haramu," Situma alisema huku macho yake yakiangaza mbele zaidi ya pale alipokuwa Mdeshi. Ni kama alikuwa akiangalia katika wakati. Alitamauka.

"Pole kaka, Mungu yuko. Huponya kila maradhi; usife moyo. Mungu ni mkubwa."

Situma alisikia hayo maneno ya Mdeshi yakimwanguka masikioni kwa uzito fulani. Alitamani angekuwa ameishi maisha ya halali labda asingeangukia mtego huo. Mdeshi alimuaga, akarudi kwake nyumbani.

"Lo! Mali ya uhalifu," alisema tena. "Maisha ni kama mchezo wa karata. Yana ulaghai kweli," Mali ya Mungu aliwazia.

Mali ya Mungu anakumbuka alivyofanya taklifu kujizuia kuingia katika mitandao ya dawa na biashara ya ugawadi na watalii. Alikumbuka

150

jioni moja alipolala njaa. Nafsi fulani ilimwambia "Mshenzi wewe. Jiangalie. *Fala* wewe."

"Kwa nini?" Mali ya Mungu alikabili hiyo sauti yenye ukakamavu na kiburi.

"Sababu nitakwambia ukitaka," sauti ilikuja juu.

"Niambie," Mali ya Mungu alirai huku amekaa kitini katika chumba chao yeye na Mdeshi wasijue watakula nini. Hawakuwa na unga wala mboga; wala sukari, wala chumvi.

"Wenzako wanatajirika wewe umekaa tu. Yaone magari ya kina Yoko na Situma. Wote ni rika lako, na sasa wanaishi kama wafalme," sauti ilitua chini hayo maelezo ya kuchachawiza.

Mali ya Mungu aliwaza na kuwazua. Siku hiyo ni kama alitaka kukata pingu zilizomfunga katika imani ya kutoingia katika hiyo bahari ya usasa. Bahari ya mambo huria ili aogelee humo ndani. Uhuria unaokupa kwenda unakotaka na kufanya jambo unalotaka. Na nafasi ambayo ingemfungulia vilango vya kupata pesa za kumsaidia mamake, Boke, na yeye kuishi maisha ya raha mustarehe.

Mali ya Mungu alipigana na hiyo nafsi kufa na kupona. "Kaka! Kaka! Kaka!" Mali ya Mungu alimenyana na nafsi yake.

"Sitaki!!!" mara ilimtoka kauli iliyomwamsha Mdeshi aliyekuwa ananyemelewa na lepe la usingizi hapo kitini na kumharibia ndoto yake alipoota keshakuwa tajiri kwa mchezo wa bahati nasibu.

"Kaka, unasema peke yako," Mdeshi alimuuliza Mali ya Mungu huku akimcheka.

"Sisemi peke yangu. Ninasema na nafsi yangu," Mali ya Mungu alinena huku macho yake yakiangazaangaza kama mtu aliyetishwa na jambo fulani likamtia kiwewe.

Tangu siku hiyo Mali ya Mungu akajenga ngome ya mawazo; akaingia ndani na ikamsitiri. Hii ndiyo sababu hajuti. Situma anapolia kwa kung'wafuliwa na maradhi, yeye yu salama salimini.

SURA YA KUMI NA SITA

🌢

Kipenga cha mwisho kilimlilia Mwamba huko Afrika Kusini. Aliupa ulimwengu mkono wa buriani. Jamaa zake wakapanga kuusafirisha mwili wake.

Ndege iliyoubeba mwili wa Mwamba ilitua katika uwanja wa ndege wa *Tandika International Airport* saa nane za usiku. Ilikuwa ndege ya *Tandika Airways*. Umati mkubwa ulisubiri kuwasili kwa mwili huo kwa hamu na ghamu. Bundi aliyetua kwenye mtende hapo uwanja wa ndege alilia mfululizo. Kulikuwa na watu walioanza kusubiri tangu asubuhi saa mbili. Wakashinda katika uwanja wa ndege wakisubiri mpaka wakati ndege ilipowasili. Ilikuwa ndege ya aina ya *Airbus*. Ilipokuwa inakaribia watu walisikia mtetemeko wa aina fulani katika uwanja wa ndege. Jamaa zake, wafuasi wake, na marafiki zake, pamoja na waganga wake, walikuwepo. Walipoelezwa kuwa mwili umewasili, walianza kuomboleza mle uwanjani. Mke wa kwanza wa Mwamba aliyesafiri kwenda Afrika Kusini kumuuguza mumewe alitoka kwenye ndege huku akionyesha huzuni kubwa. Alimpoteza mume na pia tegemeo lake la kiuchumi. Hakuna mahali ambapo *Margy* alienda akakosa matilaba yake mradi aseme ni mke wa Mwamba. Kila jambo lilimnyookea. Kila mtu alimsikiliza.

Hata alipotembea pale Rama usingekosa kujua kuwa alikuwa mke wa mtu mzito. Licha ya kuwa Mwamba hakuwahi kuwa mbunge pale Rama, aliongoza vyama mbalimbali. Aliwahi kuwa kiongozi wa chama tawala cha *Tandika Socialist Party* kilipokuwa kina ushawishi mkubwa. Akawa yeye ndiye aliyesema na kuonyesha wenzake njia ya kupita. Angekupinga usingepita kura au usingefanikiwa katika jambo lolote. Hata mashambulizi ya kwanza yalipozuka hapo Rama ilisemekana yeye ndiye aliyeyapanga na kuyafadhili. Mashambulizi ya pili, ya tatu na hata ya sasa, jina lake lilisikika pia. Meja-K alilaumiwa lakini watu mwishowe walikuja kujua ukweli; walijua Meja-K alikuwa ni mtumishi. Alikuwa mfanyakazi tu. Mtunga mambo na mpangilia vikosi alikuwa Mwamba. Naye Mwamba alipokuwa akisikia watu wakilalamika, alicheka tu na kusema:

"Mimi sijamuua mtu yeyote. Wauulizeni askari. Mimi ni raia mwema na mpenda amani."

Hata kama alijitetea, vilio vya lawama vilielekea upande wake. Watu wakamwapiza siku moja naye akutane na lake litakalompa kujuta. Leo, mwili wake ukiwasili, maombi ya wajane wa Rama yalitimia. Jeneza lake la bei liliteremshwa. *Margy* na wajane wenzake wakalipokea. Maisha ni hadaa. Usingeamini katika kijisanduku kile kulikuwa na mwili wa fahali wa Rama. Fahali aliyefoka yakafanyika mambo. Aliyeita akaitikiwa. Fahali aliyekuwa na mali ambayo hata mwenyewe hakuijua vizuri. Alilala katika mali akaamkia mali. Huyu fahali halikumpa shughuli jambo la kumpoka mjane fulani kijiaridhi chake cha mboga ambacho gharama yake isingeweza kumnunulia huyo fahali chakula cha kawaida cha siku moja huko Marekani.

Baada ya kuomboleza, mwili wa Mwamba ulielekea *Tangaza Funeral Home*. Huko Tangaza siku iliyofuata milolongo isiyokatika ya watu ikaenda kushuhudia mwisho wa 'shujaa wa mashujaa'. Mwamba aliyejipiga kifua akisema ndiye mwenyeji wa asili Rama, lakini ambaye mshale wa mauti ulimnyang'anya uenyeji huu, alilala hapo akingojea kwenda katika upotevu wa maziara. Ilikuwa vigumu kuamini kuwa mtu kama huyu angekufa. Kisa na maana ni kuwa alizingirwa na waganga. Alizingirwa na walinzi na mwenyewe alibeba bastola mbili kwa usalama wake. Chakula chake kilikuwa na mpishi maalum alipokuwa safarini. Alikula katika hoteli maalum ambako alikuwa na hakika kulikuwa na usalama. Hata hivyo mwindaji hodari, yaani, mauti, alimvizia kwa kujificha akamfuma kwa mvi wa mauti. Ni mwindaji aliyewapiku walinzi na mikakati yao yote ya kulinda. Huyo alikuwa mwindaji kweli; hakika alikuwa ana ujanja wa kuvinjari.

Baada ya misa ya Dunga iliyohudhuriwa na wanasiasa kutoka kila pembe ya nchi, mwili wa Mwamba ulirushwa nyumbani kwa msaada wa helikopta ya Jeshi la Taifa la Tandika. Kinywa cha serikali kikaahidi kwamba kitagharamia mazishi ya Bwana Mwamba. Mvua nyingi ilinyesha Rama na barabara zake zikawa hazipitiki. Wapangaji wa mazishi ya mwendazake hawakutaka jambo lolote lilete hitilafu katika mazishi yake. Kuliletwa askari jeshi kochokocho kulinda usalama nyumbani kwa Mwamba. Utulivu ambao haujawahi kushuhudiwa Rama ulikuwepo sasa.

Baadhi ya wakimbizi wa mashambulizi ya Rama waliohudhuria misa yake hawakuamini maneno ya rais wa nchi. Maneno haya kila mara yalirudi mioyoni mwao.

"Mwamba alikuwa mpiganiaji wa ukombozi wa taifa la Tandika. Alijali nafsi za watu wengine kuliko nafsi yake mwenyewe. Alijitolea mhanga kwa taifa lake wakati taifa lake lilipotaka mtu kama yeye. Mungu amweke mahali pema peponi." Maneno haya yalitangazwa redioni. Masikio yaliyoyasikia yalistaajabu. Yalikereka. Boke aliposikia hotuba ya rais wake alisema:

"Ni upuuzi mtupu. Ni uongo. Wamo katika kikoa kimoja."

Mazishi ya Mwamba yakafanywa. Yalikuwa mazishi yenye shughuli nyingi. Yalikuwa ni mazishi ghali. Yalileta wageni wa aina zote Rama. Watu walipanda na kuvishuka vilima vya Rama hadi kwenye mazishi ili kuomboleza shujaa wa kitaifa. Shujaa huyu naye aliathiriwa na hiyo fimbo ya wakati. Fimbo ya mauti. Boke alihudhuria matanga baada ya kuurairai moyo wake sana. Alipokuwa hapo kwa Mwamba matangani, hakuyaamini maneno ya Baba *James*:

"Hapa duniani si makao yetu. Makao yetu yako mbinguni. Tutazamie ufalme wa juu. Mbinguni kuna ufalme usiokwishwa. Juu hakuna maradhi wala hakuna kifo. Hakuna hata nondo wa kuiba chochote ghalani."

Boke aliguswa na kovu lake la moyoni kiasi cha kudondokwa machozi. Wingu la jana lilimpitikia tena akilini. Alifuta machozi yake taratibu kisha akaendelea kusikiliza mahubiri hayo yaliyomtoa katika ulimwengu huu. Ulimwengu wa unafiki. Ulimwengu wa hadaa. Ulimwengu wa mwenye nguvu mpishe.

Sherehe

A

alichachawizwa alifanyiwa fujo, aliingiliwa
aligura alihama
alinadi alitangaza kwa sauti ya juu
alipekecha alitoboa; alitunga
anajishaua anaringa, ana kiburi
aliswaga alielekeza wanyama upande fulani
alitanabahi alikumbuka kwa kushtukia
awasetiri awalinde, awahifadhi

B

bwanyenye tajiri, mtu aliye na mali nyingi
batebate tembetembea kwa visigino; ovyoovyo
mboji sehemu yenye rutuba
bezo dharau; dhihaka
bugia kula kwa haraka haraka vitu vya unga, kunywa kwa kupindukia
buku panya mwitu

C

choroa mnyama mfano wa swara

D

dondoro mnyama anayefanana na paka
duko kiziwi

G

ghadhabisha	kasirisha
ghamidha	ujasiri, ushupavu
ghaya	sana, zaidi
genge	kikundi fulani cha watu
ghibu	sema au soma kwa moyo
ghushi	isiyo halali, isiyo ya asili; iliyoigizwa
ghururi	uongo, udanganyifu na majigambo

F

fistula	angalia nasuri
funo	mnyama anayefanana na paa

I

inadi	fanya jambo kwa kurudia hasa jambo la kuudhi
inanyonyota	inanyesha matone matone

J

janaa	fedheha, aibu; pia izara

K

kamsa	yowe la kuomba msaada
kibanawasi	mtu anayesaliti wengine
kicheche	aina ya paka mwitu
kidete	imara, kusimama bila kuyumbayumba
kihoro	majonzi

kindakindaki	kweli kweli, halisi
king'irimoto	kandili, taa ya mkebe
kimburu	mnyama pori wa jamii ya paka apendaye sana kukamata ndege
kujikwamua	kujitoa katika hali ngumu
kujiparakachua	kuondoka kwa ghafla na kwa haraka
kumkongoja	kumshika mtu mgonjwa na kumtembeza polepole
kusinasina	kulia kwa kuvutavuta pumzi
kuro	mnyama pori wa jamii ya paa
koho	ndege anayefanana na tai ambaye hula samaki

M

makuruhu	mambo ya kuchukiza; karaha, maudhi
mdamisi	mcheshi
makeke	kelele; machachari, vishindo
mkesha	usiku wa kuamkia siku fulani muhimu
maksai	ng'ombe dume wa kuvuta mkokoteni au plau
malapa	ndara; kandambili
malofa	watu wanaozurura mitaani, chokora
mazee	neno litumiwalo na marika na ambalo linahusishwa na urafiki
milihi	imba ilhali mdomo umefungwa; vuma
mindi	mnyama mwitu mfano wa mbwa
mikogo	kiburi, majivuno
muhanga	mnyama anayefanana na nguruwe
msutu	kitambaa kinachotumiwa kama pazia
mlala hoi	mtu anayeteseka kwa ufukara

mparachichi	mti unaozaa parachichi au avokado
mititigo	mawimbi ya baharini
mwangwi	ule mwitiko au mwaliko unaoandamana na sauti fulani

N

nasuri	ugonjwa unaoacha uwazi usio wa kawaida mwilini; jipu refu na jembamba lenye tunda
nongwe	neno katika lugha ya kiaskari linaloashiria mtu mjinga
nyamwera	mnyama mwitu ambaye ana umbo kama la punda milia

P

paka mapepe	paka asiyekaa nyumbani; duzi au paka shume
paredi	gwaride, foleni
pondo	mti unaotumiwa kuelekeza chombo baharini
pwelewa sauti	kaukwa na sauti

R

rabsha	fujo, ghasia
reggae	aina ya muziki wenye asili ya Jamaika inayopendwa na vijana wanaofuga nywele unaohusishwa na mwana muziki Bob Marley

S

sabilia	kujitolea bila woga
sakama	kwama; shindwa kutoka

shombo	mnuko wa samaki
sakubimbi	mtu wa kutafuta maneno ya watu
simba	nyumba ndogo ya vijana kulala
staha	heshima
sumile	subira, makini; pia simile

T

tafiri	sumbua, fanyia ghasia
takrima	wema, uzuri
tamakani	hamia mahali na kuishi
tirivyogo	zogo, rabsha, matata, zahama

W

wavyele	wazee, wazazi

U

ubasha	hali ya mwanamume kufanya mapenzi na mwanamume mwingine
ughaibuni	mbali, ng'ambo ugenini
urathi	urithi
unyende	ukelele unaopigwa na mtu aliye hatarini au aliye na uchungu
ulivyoboronga	ulivyoharibiwa

V

vidu	vishimo vilivyo kwenye mashavu kama ishara ya urembo
virondo	visigino

W
wanguwangu   harakaharaka, bila kusita

Y
yalimkulia   yamemwia magumu
yalimgubika   yalimshinda, yalimzidi

Z
zahama   fujo, ghasia
zebaki   aina ya madini yenye rangi nyekundu